瑞蘭國際

瑞蘭國際

đáng yêu

ước mơ

dưa hấu

mùa hè

năm mới

Hà Nội

蜘蛛網式學習法

12小時越南語
發音、單字、會話
一次搞定！

阮蓮香、吳志偉 合著
繽紛外語編輯小組　總策劃

用蜘蛛網式學習法，輕鬆從正確發音，
到說出一口美麗的越南語！

漫步街頭，「越南小館quán ăn Việt Nam」的招牌如雨後春筍般，不斷地出現在您眼前；走進公園，「cô（姑）、bà（婆）、chị（姊）、đi về（回去）」等吱吱喳喳的越南語音，繚繞在您耳邊。因此，在吃膩大魚大肉後，您偶爾去嚐試了鮮美香甜的越南牛肉河粉（phở bò），以及清淡爽口的越南生春捲（nem cuốn）；與此同時，您心中也會想著要去瞭解為何越南人一看到您就跟您問「早安」？（「chào anh」音略同「早安」，其實是「您好」的意思。）

據不完全的統計，在台灣已有超過20萬來自越南的新住民（包含勞工與配偶），讓我們的生活周遭處處帶有越南風味；而台灣各大企業對越南的投資也逾20餘年，並曾一度是越南最大投資來源國，這使得越南成為台灣企業年輕幹部一個重要的海外工作地區。因此，認識越南語、學習越南語成為一個嶄新科目，不但可使您的生活更多采多姿，也能讓您擁有更多的工作機會。

學習越南語對我們來說，有其困難的地方，也有其輕鬆的面向。困難的是，越南語的語音。越南語的語音較國語複雜，國語由37個注音符號及5聲調組合成大部分的音節，越南語則是由至少45個字母組合成代表的音及由6個聲調來構成大部分的音節。輕鬆的是，越南語之中有許多的「中華文化」因素。這使得越南語的許多語詞與國語或台語有著十分相似之處，例如，越南語的「chính phủ」，讀作「井腐」，是「政府」的意思，其與台語的政府讀音「勁副」十分相似。

有鑑於此，個人在從事越南語教學的十餘年間，常常在思考如何運用一套更簡便迅速的方式，編寫出一本跳脫出傳統教學法的越南語學習書，藉以讓自學者一方面正確掌握越南語的標準語音，另一方面自然地擴展出豐富的字彙與詞語能力，從而輕易地說出道地的越南語。

　　「蜘蛛網式學習法」正是一套可以達到此一目標的系統式學習法。因為，越南語的字母及其代表的語音正如同蜘蛛網的核心一樣，只要學習者掌握了越南語的音節結構與基本語法，就可以很容易地記熟蜘蛛網上的節點──「單字」，以及蜘蛛網上的絲線──「詞語」，並可以很輕鬆地將它們串連出一片片的蜘蛛網──「例句」。

　　本書正是在這樣的理念下編寫完成，PART00是要建構學習者掌握越南語的核心因素及結構觀念。PART01是利用蜘蛛網式連結法，使學習者在正確掌握越南語語音的同時，按「字母-單字-詞語-例句」的關係，開始一絲一絲吐線，一線一線結網。PART 02則是利用簡單的句型模式，使學習過的單字、詞語、例句，能夠擴大套用到日常生活會話情境，現學現說越南語會話。

　　希望透過這樣的編寫方式，能讓學習者在最短的時間內，正確與充分地掌握越南語的點、線、面與結構規律，能自由自在說出標準與適合的越南語。而在學習的同時，也一定要配合隨附的MP3語音檔，多聽多唸，反覆練習，才能收到預期成效喔！

阮蓮香Nguyễn Thị Liên Hương &

吳志偉Ngô Chí Vỹ

PART 00

用蜘蛛網式核心法，掌握學習越南語重點

POINT! 釐清吐絲結網的核心規律，從認識「越南語字母」開始，逐步探索「越南語聲調」、「越南語音節」、「越南語語法」等基本概念，使您輕鬆掌握越南語聽、說、讀、寫技巧。

越南語計有 29 個字母，12 個為元音，17 個為輔音，另有 3 個元音及 11 個輔音，是由 2 到 3 個字母所組成。

越南語有 6 個聲調，較國語多出一個聲調。

三、認識越南語音節

越南語的音節由「首音」、「韻」及「聲調」三部分組合而成，是拼讀越南語的基礎。

四、認識越南語語法

越南語有「純越語」、「漢越語」之分，其定語位置、主謂語關係，以及人稱代名詞的用法，均是重要的基本語法。

PART 01

用蜘蛛網式連結法，串聯字母與單字、詞語、例句，輕鬆學好越南語拼音

POINT! 進入最主要的越南語字母及讀音學習，除說明字母的音標外，並提供與字母相關的 6 個單字、6 組詞語、6 條例句，開始一絲一絲吐線，一線一線結網，連結成綿密的蜘蛛網式學習法。

MP3 序號
配合 MP3，越南語發音標準無誤差。

發音說明
搭配音標和說明，輔助發音。

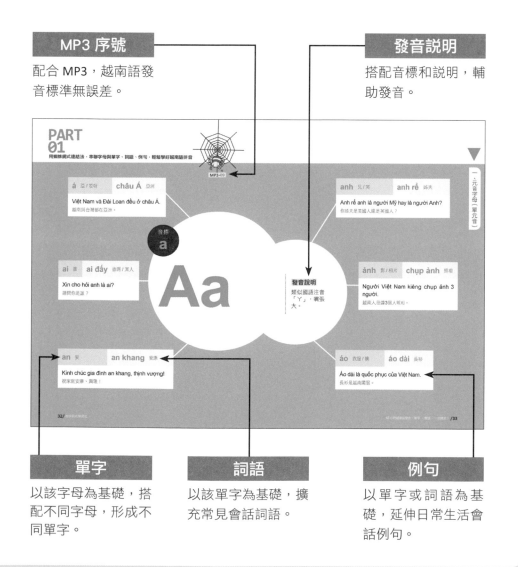

單字
以該字母為基礎，搭配不同字母，形成不同單字。

詞語
以該單字為基礎，擴充常見會話詞語。

例句
以單字或詞語為基礎，延伸日常生活會話例句。

PART 02

用蜘蛛網式擴大法，實用會話現學現説

POINT! 打好越南語單字、詞語、句子基礎後，接著擴大延伸學習「實用會話」。精心編寫「問候」、「介紹」、「寒暄」、「家人」、「物品」、「數字」、「時間」、「地點」、「娛樂」、「生病」等 10 種情境主題，並解説主要問答句型，開口説越南語一點都不難！

會話

最生活、實用的會話，
輕鬆開口説越南語！

中文翻譯

會話、例句皆附有中文翻
譯，了解會話句意好放心！

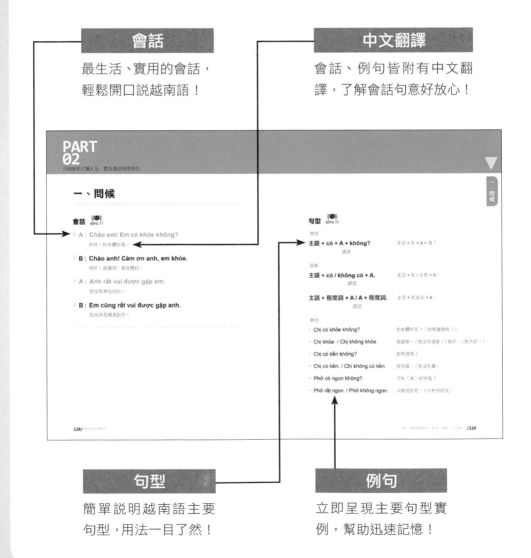

句型

簡單説明越南語主要
句型，用法一目了然！

例句

立即呈現主要句型實
例，幫助迅速記憶！

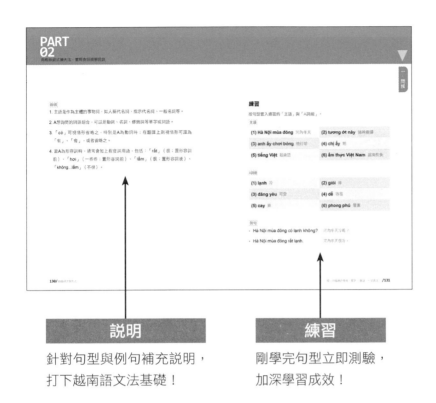

説明

針對句型與例句補充説明，
打下越南語文法基礎！

練習

剛學完句型立即測驗，
加深學習成效！

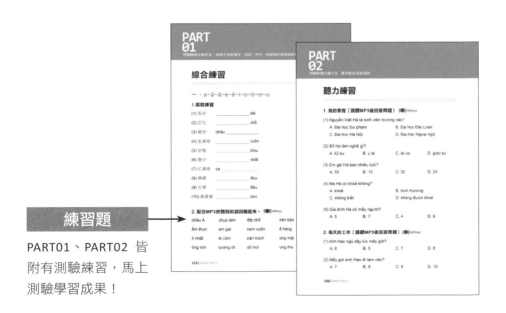

練習題

PART01、PART02 皆
附有測驗練習，馬上
測驗學習成果！

▶ 目次

PART 00 用蜘蛛網式核心法，掌握學習越南語重點

PART 01 用蜘蛛網式連結法，串聯字母與單字、詞語、例句，輕鬆學好越南語拼音

PART 02 用蜘蛛網式擴大法，實用會話現學現說

附錄

PART00

用蜘蛛網式核心法，
掌握學習越南語重點

　　乍看之下，越南語長得跟英語或法語一樣，好像是與國語完全不同的語言，令人覺得如同面對複雜多變的蜘蛛網，眼花撩亂。但實際上，越南語除了呈現方式是受 16、17 世紀西方傳教士的影響，而以拉丁文字呈現外，許多本質元素均受到古中國文字用語的深刻影響，而與國語非常地相似。因此，只要您能掌握越南語的基本規律與結構元素，那就如同是通曉蜘蛛吐絲的正確方式，能夠隨時隨地快速地織出一張漂亮的蜘蛛網。

　　接下來，本單元將為您整理出越南語的語音與文字基本結構元素，以及越南語語法的一些核心法則，讓您迅速築好邁向越南語學習大道的第一步。

一、認識越南語字母

　　越南語共有29個字母（chữ cái），分別為A、Ă、Â、B、C、D、Đ、E、Ê、G、H、I、K、L、M、N、O、Ô、Ơ、P、Q、R、S、T、U、Ư、V、X、Y，其中的A、Ă、Â、E、Ê、I、O、Ô、Ơ、U、Ư、Y等12個字母為元音（nguyên âm，母音）字母，B、C、D、Đ、G、H、K、L、M、N、P、Q、R、S、T、V、X等17個字母為輔音（phụ âm，子音）字母，這29個字母是越南語語音和文字的核心。

　　在語音方面，這些字母有著如同國語注音符號一樣的作用，每個單字的讀音都是由字母所代表的語音拼讀後，再加上聲調而形成。例如，國語的「南」由注音符號的「ㄋ、ㄢ」所代表的語音拼讀後，加上「第二聲」而成；而越南語的「Nam」（南），則由字母「N、A、M」所代表的語音拼讀後，再加上「平聲」而成。比較特別的是，越南語除了由29個字母代表29個音外，另有3個「元音」是由3對雙字母代表，分別為「ia / iê、ưa / ươ、ua / uô」；有11個特殊「輔音」是由2或3個字母組合所代表，分別是「ch、gh、kh、nh、ph、th、ng、ngh、gi、tr、qu」。

　　在文字方面，越南語的文字就是由這29個字母，再加上代表聲調的符號所組成。例如越南語「越」的文字為「Việt」，就是由「V、I、Ê、T」等4個字母，加上代表重聲的「．」組合而成。一般而言，在印刷及電腦用字上，越南語的字體就如同英語的字體，沒有多少差異。但是在手寫的字體上，越南語字母的寫法，與英語有一些出入，特別是在大寫的字體上，有頗大的差別，要看懂越南人的手寫越南字必須稍加注意喔！

越南語字母表（Bảng chữ cái tiếng Việt） 🕷 MP3-01

大寫	小寫	國際音標	發音說明
A	a	[a]	類似國語注音「ㄚ」，嘴張大。
Ă	ă	[ɐ14]	類似國語注音「ㄚ」，嘴張大，但音長較A短。
Â	â	[ə]	類似國語注音「ㄜ」。
B	b	[bə]	類似國語注音「ㄅ」，發音前雙唇先閉起。
C	c	[kə]	類似國語注音「ㄍ」，發音時不送出氣流。
D	d	[zə]	類似英語發音「z」，舌頭頂上顎。
Đ	đ	[də]	類似英語發音「d」，舌頭頂上顎，不送氣，濁音。
E	e	[e]	類似國語注音「ㄟ」，嘴較開。
Ê	ê	[ɛ]	類似國語注音「ㄝ」，嘴較閉。
G	g	[ɣə]	類似國語注音「ㄍ」，有聲擦濁音，像發抖之音。
H	h	[hə]	類似國語注音「ㄏ」，從喉嚨送出無摩擦氣流。
I	i	[i]	類似國語注音「ㄧ」，短音。
K	k	[ka]	類似國語注音「ㄍ」，但其後僅接元音e、ê、i / y。
L	l	[lə]	類似國語注音「ㄌ」，有點捲舌音。
M	m	[mə]	類似國語注音「ㄇ」，發音前雙唇先閉起，氣由鼻出。
N	n	[nə]	類似國語注音「ㄋ」，舌頂上齒齦，氣由鼻出。
O	o	[ɔ]	類似國語注音「ㄛ」，嘴巴大而圓，舌稍後縮。
Ô	ô	[o]	類似國語注音「ㄡ」，嘴巴較小，嘴唇嘟前。
Ơ	ơ	[ɤ]	類似國語注音「ㄜ」，舌根略升，音較Â長。
P	p	[pə]	類似國語注音「ㄅ」，除外來語外不置字首。

大寫	小寫	國際音標	發音說明
Q	q	[ku]	類似國語注音「ㄍ」，通常要與u組合成qu使用。
R	r	[rə]	類似國語注音「ㄖ」，捲舌。
S	s	[ʂə]	類似國語注音「ㄕ」，捲舌。
T	t	[tə]	類似國語注音「ㄉ」，舌頂上顎，不送氣，清音。
U	u	[u]	類似國語注音「ㄨ」，嘴巴接近閉，嘴唇略嘟前。
Ư	ư	[ɯ]	展唇後母音，唇角盡力向外張開發出國語注音「ㄨ」音。
V	v	[və]	類似英語發音「v」，上齒碰下唇。
X	x	[sə]	類似國語注音「ㄙ」。
Y	y	[i]	類似國語注音「一」，長音。

3對雙元音字母 🕷 MP3-02

大寫	小寫	國際音標	發音說明
Ia / Ya	ia / ya	[ie]	類似國語注音「一ㄝ」，其後不會有尾音。
Iê / Yê	iê / yê		類似國語注音「一ㄝ」，其後一定有尾音。
Ua	ua	[uo]	類似國語注音「ㄨㄛ」，嘴唇圓，其後不會有尾音。
Uô	uô		類似國語注音「ㄨㄛ」，嘴唇圓，其後一定有尾音。
Ưa	ưa	[ɯɤ]	類似國語注音「ㄨㄜ」，唇扁後拉，其後不會有尾音。
Ươ	ươ		類似國語注音「ㄨㄜ」，唇扁後拉，其後一定有尾音。

（通常有墊音u時寫成ya或yê，沒有墊音u時，寫成ia或iê。例如nguyên有墊音u，điện沒有墊音。）

11個多字母輔音　🕷 MP3-03

大寫	小寫	國際音標	發音說明
Ch	ch	[tʂ]	類似國語注音「ㄗ」，舌面貼硬顎。
Gh	gh	[ɣə]	與G音同，但其後僅接e、ê、i母音。
Gi	gi	[ʒə]	英語發音「z」，捲舌音。
Kh	kh	[xə] [kʰə]	類似國語注音「ㄎ」，清而略帶阻塞音。
Ng	ng	[ŋə]	類似「硬」的台語，鼻音重。
Ngh	ngh	[ŋə]	同Ng音，但其後僅接e、ê、i母音結合。
Nh	nh	[ɲə]	類似國語注音「ㄋ」加「ㄜ」，舌抵下齒背，帶鼻音。
Ph	ph	[fə]	類似國語注音「ㄈ」。
Qu	qu	[kwə]	類似國語注音「ㄍ」與「ㄨ」。
Th	th	[tʰə]	類似國語注音「ㄊ」，舌頂上顎，氣流外沖，清音。
Tr	tr	[tʐə]	類似國語注音「ㄓ」。

練習越南語字母的小寫

a	â	ă	b	c	d
đ	e	ê	g	h	i
k	l	m	n	o	ô
ơ	p	q	r	s	t
u	ư	v	x	y	

練習越南語字母的大寫

A	Â	Ă	B	C	D
Đ	E	Ê	G	H	I
K	L	M	N	O	Ô
Ơ	P	Q	R	S	T
U	Ư	V	X	Y	

二、認識越南語聲調

　　越南語聲調的作用與國語一樣，但是越南語一共有6個聲調，分別為平聲（Thanh ngang）、玄聲（Thanh huyền）、問聲（Thanh hỏi）、跌聲（Thanh ngã）、銳聲（Thanh sắc），以及重聲（Thanh nặng）。越南語的聲調與越南語的字母一樣，是越南語語音和文字的核心。

　　越南語聲調符號的位置一般位在一個單字的元音上面（平聲沒有符號，重聲置於下面），例如「hỏi」，問聲符號位在元音「o」的上面。但是若該單字有多元音字母時，則聲調符號就置於最主要的元音之處，例如「huyền」，有3個代表元音的字母，其中的「u」是墊音，「yê」是雙元音並以「ê」為主音。

越南語的聲調（Thanh điệu tiếng Việt） 🕷 MP3-04

符號	越南語名	譯名	例字	備考
	Thanh ngang	平聲	ma	相當於國語第一聲，無升降變化，音域較高。
`	Thanh huyền	玄聲	mà	相當於國語第四聲，但較輕且緩降拉長，音域較低。
´	Thanh sắc	銳聲	má	相當於國語第二聲，向上高升調。
?	Thanh hỏi	問聲	mả	相當於國語第三聲，自低而上再轉回原調。
~	Thanh ngã	跌聲	mã	從低往高升降起伏，帶點閉塞喉音。
.	Thanh nặng	重聲	mạ	相當於國語第四聲，但較重且急停頓，音域低。

越南語聲調圖

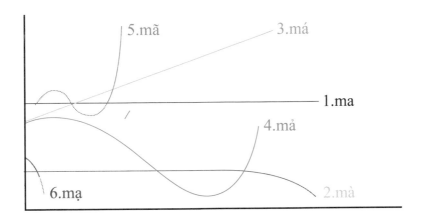

5.mã   3.má

1.ma

4.mả

6.mạ   2.mà

配合MP3練習越南語聲調 MP3-05

	Thanh ngang	ba	ca	đa	la	ma	na	xa
`	Thanh huyền	bà	cà	đà	là	mà	nà	xà
´	Thanh sắc	bá	cá	đá	lá	má	ná	xá
?	Thanh hỏi	bả	cả	đả	lả	mả	nả	xả
~	Thanh ngã	bã	cã	đã	lã	mã	nã	xã
.	Thanh nặng	bạ	cạ	đạ	lạ	mạ	nạ	xạ

三、認識越南語音節

　　越南語與國語一樣，都是單音節（âm tiết）語言，一個音節就是一個單字。因此，要拼讀越南語就要先了解越南語的音節結構，才能按序拼讀。

　　越南語的音節由首音（âm đầu，即聲母）、韻（vần，即韻母），再加上聲調三部分組合而成。首音通常為輔音字母或是沒有任何字母；韻則由墊音（âm đệm，即介音或介母）、正音（âm chính，即韻腹）、尾音（âm cuối，即韻尾）組合而成，墊音通常為字母u／o或沒有任何字母，正音均為元音字母，尾音通常為輔音字母及u／o、i／y或沒有任何字母。因此，最簡單的越南語音節為一個字母加聲調，例如「ổ」（巢），「ô」為正音（元音），聲調為問聲；最複雜的音節可多達6個字母，例如「nguyên」，「ng」為首音，「u」為墊音，「yê」為正音（雙元音），「n」為尾音，聲調為「平聲」。

　　根據越南語的音節結構，在拼讀時要先分別出首音及韻的音，兩者拼讀後再加聲調即可。首音的音就是字首字母的音，韻的音則是將墊音、正音、尾音三部分字母的音一起拼讀。例如，「toán」這一音節，由首音「t」，加韻母「oan」，加聲調「ˊ」等三部分組合而成。拼讀時，先將韻母的三個字母「o＋a＋n」的音一起拼讀出，然後再於其前加上首音「t」的音，最後再調整聲調的高低。

越南語音節結構

聲調（Thanh Điệu）			
首音（Âm đầu）（通常為輔音字母或是沒有任何字母）	韻（母）（Vần）		
	墊音（Âm đệm）（通常只有字母u / o，或沒有任何字母）	正音（Âm chính）（元音字母）	尾音（Âm cuối）（通常為輔音字母及u / o、i / y，或沒有任何字母）
類似國語注音聲母，符號「ㄅ」到「ㄙ」	類似國語注音介母，符號「ㄧ」、「ㄨ」、「ㄩ」	類似國語注音的韻母，符號「ㄚ」至「ㄦ」	

練習分辨音節成分

音節（Âm tiết）	首音（Âm đầu）	墊音（Âm đệm）	正音（Âm chính）	尾音（Âm cuối）
1. ạ				
2. ao				
3. to				
4. nam				
5. oa				
6. oán				
7. mai				
8. địa				
9. toan				
10. nguyên				

配合MP3練習拼音　🕷 MP3-06

輔音＼元音	a	e	ê	i / y	o	ô	ơ	u	ư
b	ba	be	bê	bi	bo	bô	bơ	bu	bư
c / k / q	ca	ke	kê	ki	co	cô	cơ	cu	cư
ch	cha	che	chê	chi	cho	chô	chơ	chu	chư
d / gi	da	de	dê	di	do	dô	dơ	du	dư
đ	đa	đe	đê	đi	đo	đô	đơ	đu	đư
g / gh	ga	ghe	ghê	ghi	go	gô	gơ	gu	gư
h	ha	he	hê	hi	ho	hô	hơ	hu	hư
kh	kha	khe	khê	khi	kho	khô	khơ	khu	khư
l	la	le	lê	li	lo	lô	lơ	lu	lư
m	ma	me	mê	mi	mo	mô	mơ	mu	mư
n	na	ne	nê	ni	no	nô	nơ	nu	nư
ng / ngh	nga	nghe	nghê	nghi	ngo	ngô	ngơ	ngu	ngư
nh	nha	nhe	nhê	nhi	nho	nhô	nhơ	nhu	như
ph	pha	phe	phê	phi	pho	phô	phơ	phu	phư
r	ra	re	rê	ri	ro	rô	rơ	ru	rư
s	sa	se	sê	si	so	sô	sơ	su	sư
t	ta	te	tê	ti	to	tô	tơ	tu	tư
th	tha	the	thê	thi	tho	thô	thơ	thu	thư
tr	tra	tre	trê	tri	tro	trô	trơ	tru	trư
v	va	ve	vê	vi	vo	vô	vơ	vu	vư
x	xa	xe	xê	xi	xo	xô	xơ	xu	xư

配合MP3練習拼音 🕷 MP3-07

元音 ＼ 輔音與元音	c	m	n	nh	ng	p	t	ch	u	i
a	ac	am	an	anh	ang	ap	at	ach	au	ai
ă	ăc	ăm	ăn		ăng	ăp	ăt			
â	âc	âm	ân		âng	âp	ât		âu	
e	ec	em	en		eng	ep	et			
ê		êm	ên	ênh	êng	êp	êt	êch	êu	
i	ic	im	in	inh	ing	ip	it	ich	iu	
o	oc	om	on		ong	op	ot			oi
ô	ôc	ôm	ôn		ông	ôp	ôt			ôi
ơ		ơm	ơn			ơp	ơt			ơi
u	uc	um	un		ung	up	ut			ui
ư	ưc	ưm	ưn		ưng		ưt		ưu	ưi

四、認識越南語語法

越南語有句俗語指稱「Phong ba bão táp không bằng ngữ pháp Việt Nam」，意即「狂風暴雨不如越南語語法」，顯見越南語語法（ngữ pháp，等同文法）非常雜亂無章，難以理解。儘管如此，我們仍整理出幾個易於親近的要點，讓您在認識越南語的組成架構後，有一套合理易尋的脈絡，得以迅速及輕易地編織擴展越南語蜘蛛網。

純越漢越詞。越南語受古中國用語深刻影響，其詞句有很大一部分沿用自古代漢語，稱為漢越詞（Hán-Việt）；與之相對者為純越詞，是越南固有本土用語。漢越詞對我們來說，很容易觸類旁通，因為這些詞的音與義，跟國語或台語很近似，例如越南語的「chính phủ」即國語（台語）的「政府」，意義一樣，音也近似。然而，越南語的漢越詞與純越詞又有許多的單字發音相同，但意思卻又完全不同。例如，越南語的「chân」這個字，當其是純越詞時，是「腳」的意思，例如「chân tay」譯為「手足」。但與此同時，「chân」又是漢越詞的「真」這個字，例如「chân lý」即為國語的「真理」。這一個特殊之處是學習越南語時，必須特別注意的地方。

字詞句關係。越南語是單音節語言，通常一個音節就是一個字，這個字可能單獨具備完整意義，也可能要與其他的字合成一個詞才具完整意義。因此，學越南語也可以跟學國語一樣，先學單一的生字，然後從這生字衍生出詞彙，而後集合適當的生字與詞彙造成一個詞組。例如，「tiếng」是一個單

字，原意為聲音，可引申為語言；「Việt」是一個單字，即為越，越南的簡稱；將「tiếng」與「Việt」合成「tiếng Việt」，就成為「越南語」這一個詞；而如果再加上「đơn giản」（簡單）這個詞，就成為「tiếng Việt đơn giản」（越南語簡單）這個詞組，再加上「là」（是）及「ngôn ngữ」（語言），就成為「Tiếng Việt là ngôn ngữ đơn giản」（越南語是簡單的語言）這個句子。

　　定語的位置。定語（định ngữ）是越南語語法一個重要概念，泛指用來限定一個普遍性名詞特殊範圍的修飾語。定語可以是形容詞、所有格、名詞、時間等等修飾語。一般而言，大部分定語是放在名詞之後（這一點與國語剛好相反），惟有表示數量的定語放在名詞前面（這一點與國語相同），此一順序原則必須特別注意。例如，「sách」（書）是一般性名詞，「新的書」則是限定範圍為「新的」，這時「mới」（新）就是定語，因此越南語稱為「sách mới」（新書）而不是「mới sách」。再如，「bố」（爸爸）是一般名詞，「我爸爸」是將爸爸限定為「我的」這一範圍，因此「tôi」（我）在這邊就是定語的作用，越南語就稱為「bố tôi」，而不是同國語一樣的「我爸爸」（tôi bố）。但是，如果要說「全部的新書」時，因為「tất cả」（全部）為數量詞，此時要放在名詞前面，所以越南語會寫成「tất cả sách mới」，而不是「sách mới tất cả」。

　　主謂語關係。雖然越南語的字跟詞結合起來就可成為句子，但其仍有最基本的規律可遵循，那就是「主語（chủ ngữ）＋謂語（vị ngữ）」這個語法。主語就是句子所要陳述的對象，可以是名詞或一個句子；謂語則是用來說明陳述這一對象的內容，可以是動作詞、形容詞等。例如，要翻譯國語的「我是學生」，「我（tôi）」為要陳述的對象，屬主語，「是學生（là sinh viên）」為說明內容，屬謂語（là 為動詞，sinh viên 為補語，用來補充說明 là），因此越南語翻為「<u>Tôi là sinh viên</u>」。在此基礎上，對主謂語增加各種修飾語就可形成複雜句子。例如，「我是外國學生」，「我」是主語，「是外國學生」為謂語，而「外國（nước ngoài）」是「學生」的定語，要放在「學生」之後，所以全句譯為「<u>Tôi là sinh viên nước ngoài</u>」；又如，「我們是外國學生」，「我們（chúng tôi）」為主語，「是外國學生」為謂語，所以全句譯為「<u>Chúng tôi là sinh viên nước ngoài</u>」。就算是疑問句，也可以用這一語法進行分析。例如，「你吃飯了沒？」這一疑問句，「你（Anh）」是主語，「吃飯了沒（ăn cơm chưa）」是謂語，所以越南語寫為「Anh ăn cơm chưa」。這種直接在句子加上疑問語氣詞而形成疑問句的語法，與國語十分相似。

　　人稱代名詞。越南語很少直接用你、我、他這類人稱代名詞，而是按照彼此間的輩分關係來相互稱呼。例如，對方按輩分關係等同自己的哥哥，則稱對方為「anh」（兄，用來取代「你」），自稱時稱「em」（弟，取代「我」）。例如，要問對方吃飯沒？國語通常說「你吃飯沒？」，越南語則說「<u>Anh</u> ăn cơm chưa?」，回答時對方說「<u>Anh</u> ăn cơm rồi.」（我吃飯了。）；反之，如果是對方問這一問題，對方會問說「<u>Em</u> ăn cơm chưa?」（此時國語仍是「你吃飯沒？」），回答時我們說「<u>Em</u> ăn cơm rồi.」（我吃飯了。）。此外，越南人習慣用名字的最後一個字，配合輩分關係或身分職務來稱呼對方。例如，遇到阮蓮<u>香</u>老師（cô giáo Nguyễn Liên <u>Hương</u>）時，越南語稱「cô Hương」（香老師），不稱「cô Nguyễn」（阮老師）。

越南語常用輩分人稱代名詞對照表 🕷 MP3-08

第一人稱（即自稱）		第二人稱（稱對方）		説明
越南語	中文	越南語	中文	
anh / chị	兄 / 姊	em	弟（妹）	雙方年齡差距不大，彼此屬平輩關係時。
em	弟（妹）	anh / chị	兄 / 姊	
cháu	孫（侄）	ông / bà bác / chú dì / cô	爺 / 奶 伯 / 叔 姨 / 姑	雙方年齡差距較大，彼此屬長輩晚輩關係時，視年齡及性別稱呼。
ông / bà bác / cô chú / dì	爺 / 奶 伯 / 姑 叔 / 姨	cháu	孫（侄）	
em	弟子	thầy / cô	男 / 女老師	用於學生與老師間。
thầy / cô	男 / 女老師	em	弟子	
tôi	我	視情形		用於雙方不認識或向眾多聽者説話時。
tớ	我	cậu	你	用於好朋友間。
tao	我	mày	你	雙方爭吵或鄙視輕視對方時。

PART01
用蜘蛛網式連結法，串聯字母與單字、詞語、例句，輕鬆學好越南語拼音

透過前一單元的介紹，您是否發現越南語與國語真的非常相近。

本單元接著將按越南語元音字母與輔音字母的順序，並利用蜘蛛網式連結法，向外衍生出與該字母相關聯的 6 個單字、6 組詞語、6 條例句。在學習單字時，請依照越南語音節結構規律，分辨出各單字的「首音、墊音、正音、尾音」字母，以利正確掌握越南語單字的拼音；學習詞語時，請對照書本雙語字義，釐清漢越純越字義，俾便加深記憶印象；學習詞語時，請分析主謂定語等語詞關係順序，爾後方能迅速開口說出符合實際需求的會話用語。

學習時別忘了配合 MP3 一起朗誦，讓您的越南語「聽、說、讀、寫」能力同步一把罩！

Thật đơn giản!

真簡單！

一、元音字母

越南語的元音字母包括 a、ă、â、e、ê、i、o、ô、ơ、u、ư、y 等 12 個單元音字母，以及 ia / ya、ưa、ua、iê / yê、ươ、uô 等 8 個雙元音字母。這些字母之中，僅有「u、o」可以是墊音，「i、u、o、y」可以是尾音。因此，當您看到一個越南語單字有 2 個以上的元音字母時（請將 ia / ya、ưa、ua、iê / yê、ươ、uô 視為一個字母），僅會有下列情形：一、u / o + 元音字母；二、元音字母 + i / u / o / y。

MP3-09

á 亞 / 哎呀　　**châu Á** 亞洲

Việt Nam và Đài Loan đều ở châu Á.
越南與台灣都在亞洲。

音標
a

ai 誰　　**ai đấy** 誰啊 / 某人

Xin cho hỏi anh là ai?
請問你是誰？

Aa

an 安　　**an khang** 安康

Kính chúc gia đình an khang, thịnh vượng!
祝家庭安康、興隆！

anh 兄 / 英　　**anh rể** 姊夫

Anh rể anh là người Mỹ hay là người Anh?

你姊夫是美國人還是英國人？

ảnh 影 / 相片　　**chụp ảnh** 照相

Người Việt Nam kiêng chụp ảnh 3 người.

越南人忌諱3個人照相。

發音說明

類似國語注音「ㄚ」，嘴張大。

áo 衣服 / 襖　　**áo dài** 長衫

Áo dài là quốc phục của Việt Nam.

長衫是越南國服。

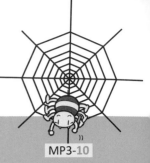

MP3-10

ăn² 吃　　ăn cướp 搶劫

Ăn không ngon ngủ không yên.
寢食難安。（吃不好吃睡不好睡。）

音標
e14

ắng 啞然　vắng lặng 靜默

Đêm khuya vắng lặng như tờ.
深夜寂靜無聲。

Ăă
1

ắt 無疑　　ắt phải 勢必

Con đường ắt phải đi, mục tiêu ắt phải đến.
道路勢必要走，目標勢必要到。

---

1. A之後不必有尾音（Âm cuối）即可組成音節（單字），而Ă跟â之後一定要有尾音才能組成音節（單字）。例如：là（是）、lắc（搖）、lần（次），沒有lă或lâ。

bắn 射　　　**bắn rơi** 擊落

Máy bay B52 của Mỹ đã bị bắn rơi tại
Hà nội năm 1972 .

1972年美國B52飛機已被擊落在河內。

đặt 放置 / 預訂　　　**đặt chỗ** 訂位

Tôi muốn đặt vé máy bay đi Hà Nội.

我想訂去河內的飛機票。

發音說明

類似國語注音
「Y」的第二
聲，音較短。

dặn 吩咐 / 叮嚀　　　**dặn bảo** 囑咐

Biết rồi, không cần dặn đi dặn lại.

知道了，不必再三叮嚀。

2. Ăn是越南語一個很重要的單字，可以搭配許多單字成為一個完全不同意義的詞語，例如 ăn ảnh（直譯為
「吃相片」，意思為「上相」）；ăn xin（直譯為「吃請」，意思為「行乞、乞丐」）；ăn thua（直譯
為「吃輸」，意思為「見輸贏」或「起作用」）；ăn nói（直譯為「吃說」，意思為「談吐」）等等，
學習者可以參考越漢字典。

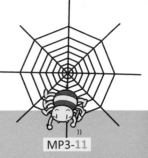

MP3-11

âm 音/陰/負　　**âm nhạc** 音樂

Tôi thích nhất là âm nhạc.

我最喜歡的是音樂。

音標

ə

Ââ

ẩm 飲/潮濕　　**ẩm thực** 飲食

Ẩm thực Việt Nam rất phong phú,
đa dạng.

越南飲食非常豐富多樣。

ấm 暖和　　**tổ ấm** （溫暖的）家

Đàn ông xây nhà, đàn bà xây tổ ấm.

男人建房子，女人建家庭。

ân 恩 / 殷　　　　**ân cần** 殷勤

Chúng tôi sẽ tiếp đón ông hết sức ân cần.
我們將會非常熱情地接待您。

âu 歐 / 憂愁　　　　**châu Âu** 歐洲

Nước Anh đã rời khỏi Liên minh châu
Âu.
英國已脫離歐洲聯盟。

發音說明
類似國語注音
「ㄜ」。

ấy 那 / 那個　　　　**anh (chị) ấy** 他（她）

Anh ấy là người Việt Nam.
他是越南人。（anh ấy 他；chị ấy 她）

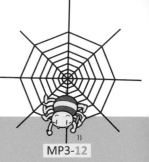

MP3-12

e　怕 / 擔心 / 羞　　e ngại　擔心 / 害怕

Anh cứ nói không phải e ngại.
你儘管說，不要害怕擔心。

音標
e

em　　em gái / em trai
弟（妹）　妹妹 / 弟弟

Tôi có 2 em gái và 1 em trai.
我有2個妹妹和1個弟弟。

Ee

eo　腰 / 束緊的　　eo biển　海峽

Chiều rộng eo biển Đài Loan là
180 km.
台灣海峽寬度是180公里。

ép　壓/強迫　　**ép bức**　逼迫

Không nên ép trẻ con học quá nhiều.

不應逼迫小孩學太多。

ẹp　塌陷/頹敗　　**ọp ẹp**　不穩固/快倒了

Cái nhà này ọp ẹp lắm rồi.

這個房子已經很不穩固了。

發音說明

類似國語注音「ㄟ」，嘴較開。

nem　春捲　　**nem cuốn**　生春捲

Nem cuốn là món ăn đặc trưng của Việt Nam.

生春捲是越南特色料理。

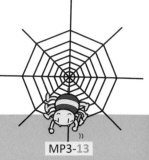

MP3-13

ế 滯銷 / 沒人要　ế hàng 滯銷

Mặt hàng này bán ế quá.
這種貨品滯銷。

音標
ɛ

Êê

ếch 青蛙　vồ ếch 撲倒

Ếch ngồi đáy giếng.
井底之蛙。

êm 靜 / 軟 / 柔和　êm tai 悅耳 / 動聽

Tiếng chị ấy nghe thật êm tai.
她的聲音聽來真悅耳。

bế 捧抱 / 閉　　**bế mạc** 閉幕

Xin hỏi lễ bế mạc bắt đầu vào lúc mấy giờ?
請問閉幕式幾點開始？

dễ 容易　　**dễ chịu** 好受 / 舒服

Học tiếng Việt có dễ không?
學越南語容易嗎？

發音說明
類似國語注音「ㄝ」，嘴較閉。

để 放 / 讓 / 導致　　**để ý** 留意 / 注意

Hãy để sách lên trên bàn.
把書放在桌上。

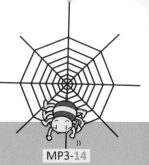

MP3-14

ích 益 / 益處　　**ích kỷ** 利己 / 自私

Tôi không thích những người ích kỷ.
我不喜歡那些自私的人。

音標
i

Ii

im　　　**im mồm**
靜 / 住口　　閉嘴

Đừng nói nữa. Im mồm đi!
別再說了。閉嘴！

in 印 / 印刷　　**đóng dấu / in dấu** 蓋章

Hãy ký tên đóng dấu ở đây!
請在這裡簽名蓋章！

ít 少　　　　**ít nhất** 最少

Ít nhất cũng phải làm xong bài này.
最少也要做完這一道習題。

ỉu 疲軟　　**ỉu xìu** 沒精神

Vì sao mà mặt ỉu xìu như thế?
為什麼臉這麼沒精神？

發音說明
類似國語注音
「一」。

bị 被　　**bị cảm** 感冒 / 著涼

Anh bị cảm rồi nên đi khám bác sỹ.
你感冒了應該去看醫生。

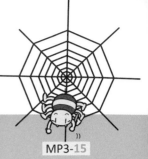

MP3-15

oai 威/神氣　**oai nghi** 威儀

Bộ đội ta trông oai thật.
我們的部隊看起來真威武。

音標
ɔ

oán 怨　**oán trách** 埋怨

Chớ oán trách người ta.
別埋怨別人。

Oo

óc 腦　**đầu óc** 頭腦

Nghe nhạc sẽ giúp đầu óc bạn tỉnh
táo hơn.
聽音樂可助你的頭腦較清醒些。

oi 悶氣 **oi bức** 悶熱

Trời oi thế này chắc sắp mưa rồi.
天氣這麼悶，可能要下雨了。

發音說明

類似國語注音
「ㄛ」，嘴巴
大而圓，舌稍
後縮。

ong 蜂 **ong mật** 蜜蜂

Ong mật chế tạo ra mật ong.
蜜蜂製造出蜂蜜。

kho 倉庫 / 紅燒 **cá kho** 紅燒魚

Cá kho tộ là món ăn bình dị của người
Nam bộ.
甕缽紅燒魚是南方人的家常料理。

MP3-16

ô 傘　　　ô-tô 汽車

Trời sắp mưa em đi học nên cầm ô.
快下雨了，你去上學要帶雨傘。

音標
o

Ô ô

ốc 螺　bún ốc 田螺米線

Bún ốc là món ăn đặc trưng
của Hà Nội.
田螺米線是河內的特色料理。

ôm 摟抱　xe ôm 載客機車

Xe ôm rất phổ biến ở các thành
phố Việt Nam.
載客機車在越南各城市很普遍。

ốm 生病   **ốm đau** 病痛

Ốm thì phải uống thuốc.
生病就要吃藥。

ôn 溫 / 複習   **ôn tập** 溫習

Mỗi ngày ôn tập một bài học.
每天複習一課。

發音說明

類似國語注音「ㄡ」，嘴巴較小，嘴唇嘟前。

ông 翁 / 先生 / 祖輩   **ông trời** 老天爺

Chào ông chào bà cháu đi học nhé.
爺爺好，奶奶好，我去上學了。

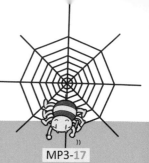

MP3-17

ở　在 / 住 / 留下　　ở đâu　在哪

Xin hỏi bưu điện Hà Nội ở đâu?
請問河內郵局在哪裡？

音標

ơ ơ

ơn　恩　　làm ơn　勞駕

Chị làm ơn cho em hỏi bây
giờ là mấy giờ?
勞駕妳請問現在是幾點？

ớt　辣椒　　tương ớt　辣椒醬

Tương ớt này cay lắm.
這辣椒醬很辣。

bớt 減少　　**bớt giận** 息怒

Anh bớt giận được không?
你息怒可以嗎？

發音說明

類似國語注音
「ㄛ」，舌根
略升，音較Â
長。

dở 拙劣 / 翻開　　**dở hơi** 怪裡怪氣

Tiếng Anh của em dở lắm.
我的英語很差勁。

mở 開 / 開辦　　**mở rộng** 加寬 / 擴展

Cho hỏi ngân hàng mấy giờ mở cửa?
請問銀行幾點開門？

MP3-18

u 腫瘤 / 幽暗　**u sầu** 憂愁

Có chuyện gì sao mặt u sầu thế?
有什麼事為何臉色這麼憂愁？

音標
u

Uu

ung 雍　**ung thư** 癌症

Anh ấy bị ung thư máu giai
đoạn cuối.
他得血癌末期。

uy 威　**uy tín** 威信 / 信用

Cửa hàng này là cửa hàng bán
iPhone uy tín nhất.
這家商店是最有信用的賣iPhone的商店。

uỷ 委/委託　　**ủy ban** 委員會

Ông ấy là ủy viên Bộ Chính trị khóa XI.
他是第十一屆政治部委員。

bún 米線　**bún chả** 烤肉米線

Tổng thống Obama ngồi ăn bún chả Hà Nội.
歐巴馬總統坐著吃河內烤肉米線。

發音說明

類似國語注音「ㄨ」，嘴巴接近閉，嘴唇略嘟前。

đủ 足夠/齊全　**đủ tiêu** 夠花

Khách đã đến đủ chưa?
客人已到齊沒？

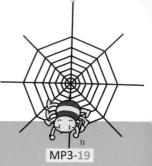

MP3-19

ức 憶／抑　　**ký ức** 記憶

Không thể quên được những ký ức về Hà Nội.

無法忘記那些有關河內的記憶。

音標

ɯ

ʊˈʊˈ

ứng 應／應合　　**ứng cử** 候選

Ứng cử và bầu cử là quyền lợi của công dân.

候選和選舉是公民的權利。

ưu 優／憂　　**ưu thế** 優勢

Đài Loan dần dần bị mất ưu thế cạnh tranh.

台灣漸漸地失去競爭優勢。

bực 生氣　　**bực mình** 生氣/氣惱

Người ta hay chửi bới khi bực mình.
生氣時人們常會謾罵。

發音說明
展唇後母音，唇角盡力向外張開發出國語注音「ㄨ」音。

cứng 堅硬/老練/僵　　**cứng cỏi** 硬梆梆/硬直

Màn hình, bàn phím đều thuộc phần cứng.
螢幕、鍵盤都屬硬體。

trừ 除去/減/除外　　**trừ bỏ** 革除/廢除

Mười trừ năm còn năm.
十減五還有五。

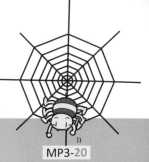

MP3-20

y 醫 / 衣 / 依然　　**y tá** 護士

Chị ấy là y tá của bệnh viện Việt-Đức.
她是越德醫院的護士。

音標
i

ý
意 / 義大利　　**ý nghĩa** 意義

Chiến dịch Điện Biên Phủ
có ý nghĩa lịch sử.
奠邊府戰役具歷史意義。

Yy

ký 記 / 簽署　　**ký tên** 簽名

Xin anh ký tên ở dưới đây.
請你在這下面簽名。

máy 機 / 機器　　**máy bay** 飛機

Máy bay đang hạ cánh xuống sân bay Nội Bài.
飛機正下降到內排機場。

nay 現今 / 今　　**hôm nay** 今天

Hôm nay là thứ hai.
今天是星期一。

發音說明

類似國語注音
「ㄧ」，長
音。

này 這　　**cái này** 這個

Cái này là cái gì?
這個是什麼？

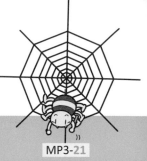

MP3-21

ỉa 大便　　ỉa chảy 拉肚子

Tôi bị đau bụng ỉa chảy.
我肚子痛拉肚子。

音標
ie

bia　　bia hơi
碑坊 / 啤酒　　氣泡啤酒

Cho tôi một cốc bia hơi.
請給我一杯氣泡啤酒。

Ia / Ya
ia / ya

chia　　chia tay
除 / 分 / 分開　　分手 / 離別

Mười chia hai là năm.
十除二是五。

đĩa 盤子 / 碟　　**bát đĩa** 碗盤

Cho tôi một bát cơm và một đĩa rau muống.

給我一碗飯和一碟空心菜。

發音說明

類似國語注音「一せ」，其後不會有尾音。

địa 地 / 土地　　**địa chỉ** 地址

Hãy điền địa chỉ nhà của bạn trong ô này.

在這格裡，請填上你家的地址。

khuya 深夜　　**thức khuya** 熬夜

Khuya rồi, hãy ngủ đi, đừng thức khuya!

夜深了，去睡吧，別熬夜！

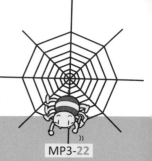

MP3-**22**

yên 安 / 鞍　　**yên tâm** 安心

Anh cứ yên tâm mọi việc sẽ ổn thôi.
你儘管安心，所有的事將會平穩的。

音標
ie

Iê / Yê
iê / yê

yêu 愛 / 要　　**đáng yêu** 可愛

Hai em bé sinh đôi này rất
đáng yêu.
這對雙胞胎小孩很可愛。

yếu 弱 / 不健康　　**yếu đuối** 軟弱的

Do tuổi già sức yếu, ông ấy đã xin về hưu.
由於年老體衰，他已申請退休。

biển 海　　**biển Đông** 南海[3]

Hè này chúng em sẽ đi ra biển chơi.

這個夏天，我們會去海邊玩。

發音說明

類似國語注音「ㄧㄝ」，其後一定有尾音。

tiền 錢　　**tiền lương** 薪水

Cái này bao nhiêu tiền một cân?

這個多少錢一斤？

nhiên 然　　**tuy nhiên** 然而 / 雖然

Trời đã mưa, tuy nhiên tôi vẫn phải đi làm.

天已下雨，然而我仍得去工作。

3. 受地理位置影響，台灣人所謂的「南海」，越南語則稱「biển Đông」（東海）。

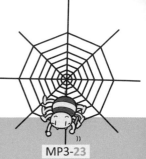

MP3-23

cua
螃蟹

ngang như cua
牛脾氣 / 橫如蟹

Chị ấy ngang như cua không nghe lời ai cả.
她牛脾氣得很，不聽任何人的話。

音標
uo

Ua
ua

chua
酸

chua cay
辛酸悲苦

Canh chua cá Việt Nam có ngon không?
越南酸魚湯好吃嗎？

đùa
玩笑 / 嬉戲

nói đùa
說笑 / 開玩笑

Anh nói thật không phải nói đùa.
我說真的，不是開玩笑的。

đũa 筷子　　**đôi đũa** 一雙筷子

Trên bàn ăn có đũa, đĩa và dao.
飯桌上有筷子、叉子和刀子。

mua 買 / 收買　　**mua bán** 買賣

Tôi muốn mua một cân táo và một cân cam.
我想買一斤蘋果和一斤橘子。

發音說明

類似國語注音「ㄨㄛ」，嘴唇圓，其後不會有尾音。

thua 輸 / 比不上　　**chịu thua** 認輸

Tiếng Việt khó quá em chịu thua rồi.
越南語很難我認輸了。

MP3-24

uống 喝　**uống thuốc** 吃藥

Con người cần uống 2 lít nước mỗi ngày.
人類每日需要喝2公升的水。

音標
uo

Uô
uô

buổi　**buổi chiều**
期間　下午

Buổi chiều là khoảng thời gian từ 13 giờ tới 18 giờ.
下午大約是13點到18點的時段。

cuối　**cuối cùng**
末 / 末端　最終 / 最後

Bài 12 là bài cuối cùng.
第12課是最後一課。

cuốn 捲/卷/本　　**cuốn vào** 捲入

Cuốn sách này là của tôi.
這本書是我的。

chuối 蕉　　**chuối tiêu** 香蕉

Chuối tiêu bao nhiêu tiền một cân?
香蕉一斤多少錢？

發音說明
類似國語注音
「ㄨㄛ」，嘴
唇圓，其後一
定有尾音。

đuổi 追/趕走　　**đuổi theo** 追逐/追隨

Mỗi người theo đuổi một ý nghĩ riêng.
每個人追逐一個私自的意義。

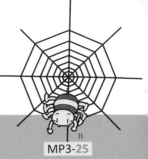

MP3-25

bữa
餐 / 頓（一頓飯）

bữa sáng
早餐

Bữa sáng có ngon không?
早餐好吃嗎？

音標

ɯɤ

Ưa
ưa

cửa 門　**cửa sổ** 窗戶

Xin lỗi, cửa ra vào ở đâu?
對不起，出入口在哪裡？

đưa 拿給 / 伸出 / 帶　**đưa ra** 提出

Xin đưa cho tôi cuốn sách này.
請拿給我這本書。

giữa　中間 / 居中　**giữa năm**　年中

Đài Loan nằm giữa Nhật Bản và Philippin.
台灣位於日本與菲律賓之間。

發音說明
類似國語注音
「ㄨㄜ」，唇
扁後拉，其後
不會有尾音。

nửa
半 / 一半　**nửa chừng**
半途 / 半腰

Làm ơn cho tôi nửa cân thịt bò.
麻煩給我半斤牛肉。

xưa　古 / 往昔　**xưa nay**　自古以來

Ông già hay nhắc lại chuyện xưa.
老年人常提起往昔的事。

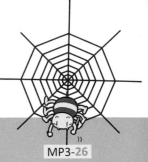

MP3-26

ước **ước mơ**
約 / 邀約 / 盼望　　幻想 / 夢想

Ước gì tôi trở thành ca sỹ.
好盼望我能成為歌手。

音標
ɯɤ

ương **trung ương**
央 / 殃 / 未成熟　　中央

Hà Nội là thành phố trực thuộc Trung ương.
河內是中央直轄市。

Ươ
Ươ

ướt 濕　　**ướt sũng** 濕淋淋

Do trời mưa quần áo em đã bị ướt sũng.
由於下雨，我的衣服已濕淋淋了。

cười 笑   **cười thầm** 暗笑

Người Việt Nam thích kể truyện cười.
越南人喜歡説笑話。

發音說明
類似國語注音
「ㄨㄛ」，唇
扁後拉，其後
一定有尾音。

thường
常 / 平常   **thường xuyên**
經常

Anh Minh thường xuyên đi công tác.
阿明兄常常去出差。

vượt 越過 / 超越   **vượt qua** 超越

Học tiếng Việt phải vượt qua nhiều khó khăn.
學越南語得越過很多困難。

Cố lên!

加油！

二、輔音字母

越南語的輔音字母包括「b、c、ch、d、đ、g、gh、gi、h、k、kh、l、m、n、ng、ngh、nh、p、ph、q、qu、r、s、t、th、tr、v、x」等 28 個。其中「q」通常不單獨與元音組成一個音節，而「p」多用在外來語。除了「p」與「q」之外，每一個輔音均可作為聲母（就像注音符號的ㄅ到ㄙ等聲母一樣），在結合韻母後形成一個單字。此外，28 個輔音中，只有「c、ch、m、n、ng、nh、p、t」等 8 個會作為一個音節（單字）的尾音，亦即越南語的單字字尾只會是元音字母及「c、ch、m、n、ng、nh、p、t」等 8 個字母，不會出現「b、d、đ、g、gh、gi、h、k、kh、l、ngh、ph、qu、r、s、th、tr、v、x」等字母。

MP3-27

bà 祖母 / 女士　**bà ngoại** 外婆

Bà ơi bà, cháu yêu bà lắm!
奶奶阿奶奶，我非常愛您！

音標
bə

bác 伯 / 博　**bác sĩ** 醫師 / 博士

Người Việt Nam rất yêu bác Hồ.
越南人很愛胡伯伯（胡志明）。

Bb

bé 小 / 幼小　**bé nhỏ** 短小 / 弱小

Tôi là người bé nhỏ.
我是個瘦小的人。

biết 知道 / 會　**biết đâu** 哪知 / 也許

Anh có biết nói tiếng Việt không?

你會説越南語嗎？

buồn 悶 / 欲　**buồn ngủ** 愛睏

Xin lỗi cô, em buồn ngủ quá.

老師對不起，我好睏。

發音說明

先閉雙唇，然後發出類似國語注音「ㄅ」的音。

bước
步伐 / 步驟　**bước sang**
步入 / 進入

Chỉ vài giây nữa sẽ bước sang một năm mới.

再幾秒鐘就要步入新的一年。

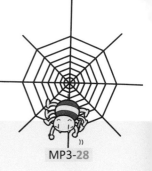

MP3-28

cá 魚	cá nhân 個人

Chả cá Lã Vọng[2] rất ngon.
呂望油煎魚很好吃。

音標
kə

cái 個（量詞）	cái gì 什麼

Cái này là cái gì?
這個是什麼？

Cc[1]

có 有	có mặt 在場

Gia đình em có bốn người.
我家裡有四個人。

1. 其後不接 i / y、e、ê 元音字母。
2. Chả cá Lã Vọng（呂望油煎魚）是越南河內一道很著名的料理，Chả cá 是指油炸式煎魚，Lã Vọng 是指姜太公呂望，因為最早賣這道料理店家的門內掛著一幅姜太公的畫像，故客人均稱之為 Chả cá Lã Vọng。

con³
子女 / 動物量詞

con trai / con gái
男孩 / 女孩

Con trai tôi là bác sĩ.
我兒子是醫生。

發音說明
類似國語注音
「ㄍ」，發音
時不送出氣流。

cũ 舊　**bạn cũ** 老友

Có mới nới cũ.
喜新厭舊。

của 所有格 / 物產　**của cải** 財產 / 財富

Cái này là của tôi.
這個是我的。

3. cái跟con都是可作為量詞使用，前者常用於非生物名詞，後者用於動物名詞，例如1 cái bàn（1個桌子）、1 con cá（1條魚）。

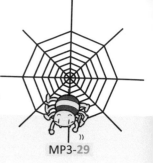

MP3-29

chán 煩/討厭　　**chán đời** 厭世

Tôi đã chán học toán rồi.
我已經討厭學數學了。

音標
ts

Ch
ch

chân 腳/真　　**chân lý** 真理

Em "chân dài" ấy rất xinh đẹp.
那「長腿」妹很漂亮。

chị 姊　　**chị cả** 大姊

Xin lỗi, chị là người Việt Nam, phải không?
對不起，妳是越南人，是不是？

chú 叔/注　**chú rể** 新郎

"Chú" là em trai của cha.
「叔叔」是爸爸的弟弟。

發音說明
類似國語注音
「ㄗ」，舌面
貼硬顎。

cho 給　**cho rằng** 認為

Bà cho cháu một cái bút.
奶奶給孫子一枝筆。

chuyện 事情　**nói chuyện** 講話

Anh ấy nói chuyện rất buồn cười.
他講話很好笑。

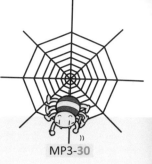

MP3-30

da 皮　**da non** 嫩皮（皮膚嫩）

Chúng tôi là người da vàng.
我們是黃種人（黃皮膚人）。

音標
zə

Dd

dài 長 / 長度　**lâu dài** 長久

Việt - Đài có mối quan hệ lâu dài.
越台有長久的關係。

dần 漸　**dần dần** 漸漸

Dần dần tôi cũng nói được tiếng Việt.
漸漸地我也能說越南語了。

dịu 柔和　　**dịu dàng** 溫柔

Chị ấy ăn nói rất dịu dàng.
她說話很溫柔。

dưa 瓜類植物　　**dưa hấu** 西瓜

Dưa hấu là loại trái cây tôi thích nhất.
西瓜是我最喜歡的水果。
（「trái cây」（水果）是南越用語）

發音說明

類似英語「z」
的發音，舌頭頂
上顎（與 GI 同
音）。

dưới 在……之下　　**dưới đây** 以下 / 如下

Dưới đây là những điều cần lưu ý.
以下是需要注意的事。

MP3-31

đa 多 / 榕樹　　**đa số** 多數

Trong lớp đa số là người nước ngoài.
班上多數是外國人。

音標
də

Đđ

đau 痛　　**đau đầu** 頭痛

Em đau đầu qúa, em bị cảm rồi.
我頭很痛，我感冒了。

đâu 哪裡　　**đâu dám** 哪敢

Em đâu dám nói như vậy.
我哪敢這麼説。

đi 去　　**đi chơi** 去玩

Sau khi tan lớp chúng ta sẽ đi chơi phố.
上完課我們去街上玩（去逛街）。

điện 電　　**điện thoại** 電話

Số điện thoại của bạn là bao nhiêu?
你的電話號碼是多少？

được 可以／能　　**được thưởng** 獲獎

Được voi đòi tiên.
得寸進尺。

發音說明

類似英語「d」發音，舌頭頂上顎，不送氣，濁音。

MP3-**32**

gà 雞　　gà gáy 雞叫

Phở gà Hà Nội rất ngon.
河內雞肉河粉很好吃。

音標
ɣə

gặp
見　　gặp phải
碰到 / 遭遇

Rất vui được gặp anh!
很高興見到你！

4

Gg

gần 近　　gần gũi 親切 / 親近

Trường học có gần đây không?
學校離這裡近嗎？

4. 其後不接 i / y、e、ê 元音字母。

gọi 叫／稱　**gọi tắt** 簡稱

Người Việt còn được gọi là
người Kinh.

越人被稱為景（族）人。

發音說明

類似國語注音
「ㄍ」，但是要將氣
流送出，並使之帶點
渾濁抖動之音。

gồm
包括／包含　**bao gồm**
總括／總計

Cuốn sách này bao gồm năm chương.

這本書包括五章節。

gửi 寄　**gửi thư** 寄信

Mọi người bây giờ hay gửi thư qua email.

現代人常經由email寄信。

MP3-**33**

ghé 歪／順道　　**ghé thăm** 順道參觀

Đến Hà Nội nên ghé thăm hồ Hoàn Kiếm.
到河內應順道參觀還劍湖。

音標
ɣə

5

Gh
gh

ghét
嫌惡／憎恨

đáng ghét
討厭／可惡

Anh ấy cười một cách đáng ghét.
他笑得很可惡（很令人討厭）。

ghen 嫉　　**ghen tị** 嫉妒

Đừng ghen tị với người khác!
不要嫉妒別人！

5. 其後僅接i、e、ê元音字母。

ghê
發毛／可怕

ghê gớm
恐怖／厲害

Chị ấy ghê gớm lắm.
她很厲害（很精明）。

ghế 椅子　　**ghế mềm** 軟舖

Số ghế của quý khách là bao nhiêu?
貴客您的座位是幾號？

發音說明
與G同音。

ghi 記錄　　**ghi chép** 抄錄

Anh hãy ghi lại câu thành ngữ này.
你記下這句成語吧。

MP3-34

già 老	già dặn 老練

Người già hay bị ốm.
老年人常生病。

音標

3ə

giả	giả vờ
假 / 虛假	假裝 / 裝做

Anh chỉ giả vờ yêu em thôi.
你只是假裝愛我而已。

Gi
gi

gió 風	gió mùa 季風

Tháng 1 hay có gió mùa đông bắc.
1月常有東北季風。

giỏi 棒 / 優秀	**học giỏi** 學習優秀

Anh ấy chơi bóng rất giỏi.
他球打得很棒。（他打球很棒。）

發音說明
與D略同音，
稍捲舌。

giờ 時 / 鐘點	**bây giờ** 現在

Bây giờ là 12 giờ 10 rồi.
現在是12點10分了。

giữ 維持 / 拿住	**giữ gìn** 維護 / 保養

Hãy giữ gìn sức khỏe!
要照顧身體喔！

MP3-35

hà 河／荷　**Hà Nội** 河內

Hà Nội là thủ đô của Việt Nam.
河內是越南的首都。

音標
hə

hai 二　**hai mươi** 二十

Tôi đã hai mươi tuổi rồi.
我已經二十歲了。

Hh

hát 唱　**bài hát** （首）歌

Em thích các bài hát tiếng Việt.
我喜歡越南歌曲。

hè 夏　**mùa hè** 夏天

Mùa hè ở Hà Nội rất nóng!
夏天河內很熱！

hoa 花　**hoa quả** 水果

Việt Nam có nhiều hoa quả ngon.
越南有很多好吃的水果。
（「hoa quả」（水果）是北越用語）

發音說明
類似國語注音
「ㄏ」，純送
氣，無摩擦。

hương 香／鄉　**quê hương** 故鄉

Hà Nội là quê của em.
河內是我的故鄉。

MP3-**36**

kẻ 傢伙 / 廝　　**kẻ thù** 仇人

Kẻ thù của kẻ thù là bạn ta.
仇人的仇人是我們的朋友。

音標
ka

kém **kém cỏi**
不如 / 差　　差 / 遜

Bây giờ là 12 giờ kém 10.
現在差10分12點。

6

Kk

kêu 叫　　**kêu ca** 叫苦 / 發牢騷

Buổi sáng có tiếng chim kêu.
早上有鳥叫聲。

6. 其後僅接i / y、e、ê元音字母。

kia 那兒　　**hôm kia** 前天

Mấy người kia đều là sinh viên.
那邊幾個人都是學生。

kính
敬 / 玻璃 / 眼鏡　　**kính chúc**
敬祝

Kính chúc các bạn năm mới vui vẻ.
敬祝各位朋友新年快樂。

發音說明

類似國語注音「ㄍ」，發音時不送出氣流音。

kịp 及　　**kịp thời** 及時

Chị ấy sợ không kịp nên đã xuất phát rồi.
她怕來不及，所以已經出發了。

MP3-37

| **khá** 相當 / 不錯 | **kha khá** 還不錯 |

Anh ấy nói tiếng Việt khá tốt.
他越南語說得相當好。

音標
kʰə

| **khi** 當 / 有時 | **khi nào** 何時 |

Khi nào chúng ta đi?
何時我們去？

Kh
kh

| **khó** 難 | **khó chịu** 難受 / 不耐煩 |

Học tiếng Việt có khó không?
學越南語困難嗎？

khóc 哭　　**khóc thầm** 啜泣

Dở khóc dở cười.
啼笑皆非 / 哭笑不得。

發音說明

類似國語注音「ㄎ」，清而略帶阻塞音。

khỏe 健康　　**khỏe mạnh** 健康 / 強壯

Xin chào, ông có khỏe không?
您好，您身體好嗎？

không 不 / 否（疑問詞）　　**không còn** 不再 / 無存

Không có gì chị ạ!
沒關係，大姊！

MP3-**38**

là 是 / 熨　　**bàn là** 熨斗

Đây là ông Ngô.
這是吳先生。

音標
lə

lạnh
冷

lạnh lùng
冷冰冰 / 冷淡

Mùa đông Hà Nội có lạnh không?
河內冬天會不會冷？

LI

lòng 心 / 中心　　**lòng thương** 憐愛之心

Tất cả mọi người đều có lòng yêu nước.
所有的人都有愛國心。

lời 言詞 / 話語	**lời hứa** 諾言

Đã hứa thì phải giữ lời hứa.
已經承諾就要信守諾言。

lớn 大 / 長大	**lớn tuổi** 上年紀

Anh ấy lớn hơn tôi 2 tuổi.
他比我大2歲。

發音說明

類似國語注音「ㄌ」，有點捲舌音。

luôn 常 / 不停 / 立刻	**luôn luôn** 經常 / 總是

Khách hàng luôn luôn đúng.
客人永遠是對的。

MP3-39

má / mẹ 媽媽	mẹ con 母子

Bố mẹ em đều khỏe mạnh.

我爸媽都健康。（「má」（媽媽）是南越用語；「mẹ」（媽媽）是北越用語；「em」是晚輩自稱。）

音標

mə

mai 明天 / 梅花	mai kia 日後 / 一旦

Ngày mai em sẽ đi Việt Nam.

明天我將要去越南。

Mm

một 一 / 單	một chiều 片面 / 單向

Có một không hai.

絕無僅有 / 獨一無二。

mới 新的   **mới đây** 剛才 / 最近

Hôm nay em mặc áo mới.

今天我穿新衣服。

發音說明

類似國語注音「ㄇ」，發音前雙唇先閉起。

mùa 季   **mùa mưa** 雨季

Một năm có bốn mùa.

一年有四季。

mười 十   **mười mươi** 十分把握 / 百分百

Một vốn bốn lời.

一本萬利。

MP3-40

nam 南 / 男　　**nam phương** 南方

Miền nam Việt Nam rất nóng.
越南南部很熱。

音標
nə

Nn

năm 五 / 年　　**năm mới** 新年

Nhân dịp năm mới chúc cô vui vẻ
hạnh phúc.
值此新年，祝老師快樂幸福。

nắng 晴天 / 陽光　　**nắng ấm** 晴暖

Hôm nay trời nắng.
今天大晴天。

nếu 如果　　**nếu thế** 如果這樣

Nếu trời mưa thì chúng ta ở nhà xem TV.
如果下雨我們就在家看電視。

núi 山　　**núi lửa** 火山

Ngọc Sơn là ngọn núi cao nhất của Đài Loan.
玉山是台灣最高的山。

發音說明

類似國語注音「ㄋ」，舌頂上齒齦，氣由鼻出。

nước
水 / 國家　　**nước ngọt**
淡水

Tôi thích uống nước ngọt.
我喜歡飲料。

MP3-41

ngày	ngày càng
日 / 天	日益 / 越來越

Một tháng có ba mươi ngày.

一個月有三十天。

音標
ŋə

7

Ng
ng

ngắn	ngắn ngủi
短	短促 / 短暫

Cuộc sống quá ngắn ngủi.

生命太短暫。

ngoài[8] 外面	ngoài ra 除⋯⋯之外

Ngoài tiếng Đài ra, tôi còn nói được tiếng
Việt.

除了台語之外，我還會說越南語。

7. 其後不接 i / y、e、ê 元音字母。

8. 越南語的「外」有兩個字：「ngoài」是純越語，「ngoại」是漢越語。當指的是「在⋯⋯之外（外

ngon
美味 / 好吃

ngon miệng
順嘴 / 可口

Chúc bạn ngủ ngon.
祝你睡得甜。

ngủ 睡

ngủ gật 打瞌睡

Khi lên lớp tôi hay ngủ gật.
上課時我常打瞌睡。

發音說明

類似台語「硬」
的前音，鼻音
重。

người 人

người yêu 愛人

Tôi chưa có người yêu.
我還沒有愛人。

面）」時，大部分用「ngoài」；而當用做結合詞語，且為漢越詞語，則用「ngoại」。例如，外交部長
為ngoại trưởng，外婆為bà ngoại；國外（國家之外）為nước ngoài，室外（房子之外）為ngoài trời。

MP3-42

nghe 聽	nghe nói 聽說

Ngày nghỉ tôi hay nghe nhạc.

假日我常聽音樂。

音標

ŋə

9

Ngh
ngh

nghèo 窮	nghèo nàn 貧乏

"Con nhà nghèo" là tác phẩm nổi tiếng.

《窮家子》是著名的作品。

nghỉ 休息	nghỉ mát 避暑

Nghỉ một lúc rồi lại làm tiếp.

休息一下然後再接著做。

9. 其後僅接i、e、ê元音字母。

nghĩ 想	**nghĩ bụng**	心想 / 暗思

Nghĩ cho kỹ rồi hãy nói.
想仔細然後才説。

發音說明
同Ng音。

nghiên 研 / 硯	**nghiên cứu** 研究

Bố em là nghiên cứu viên.
我爸爸是研究員。

nghìn / ngàn 千	**nghìn năm** 千年

Năm hai nghìn không trăm mười bảy tôi đi du lịch Nhật Bản.
二〇一七年我去日本旅遊。

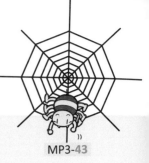

MP3-43

nhà 家 / 房子　**nhà quê** 鄉下

Người nhà của tôi ở rất xa.
我家人住很遠。

音標

ɲə

Nh

nh

nhanh
快　**nhanh chóng**
迅速

Nhanh chân nhanh tay.
快手快腳。

nhỏ 小 / 細　**nhỏ xíu** 小小的

Cái nào to hơn, cái nào nhỏ hơn?
哪個較大，哪個較小？

nhớ 記得 / 想念	**nhớ lại** 回想

Đọc mãi mà vẫn không nhớ.
讀好久還是不記得。

發音說明
類似國語注音
「ㄋ」加「ㄜ」，
舌抵下齒背，
帶鼻音。

như 好像 / 如	**như là** 好像是

Hai người kia thân như là anh em.
那兩人親如兄弟。

những	**chẳng những**
那些（多數）	不但

Những sinh viên kia học rất giỏi.
那邊那些學生學習很棒。

MP3-44

phải
對 / 是 / 須

phải không
是否 / 是嗎

Quyển sách này của anh phải không?
這本書是不是你的？

音標
fə

Ph
ph

phần
部分 / 本分

phần trăm
百分比

Dzô! Trăm phần trăm, uống cho quên hết.
舉杯乾吧，喝忘懷！

phim 膠卷 / 影片　**chiếu phim** 放電影

Bộ phim Việt Nam này hay quá.
這部越南電影很好看。

「P」的小提醒：純越語沒有P音開頭的單字，只有Ph開頭的單字（發[fə]音），但是隨著外來語的引用，也產生一些P音開頭的外來語文字。

phòng
室 / 科 / 處

phòng ăn
餐廳 / 飯廳

Nhà này có ba phòng ngủ và một phòng ăn.

這房子有三間臥室和一間飯廳。

phở
河粉

phở bò
牛肉河粉

Phở là món ăn nổi tiếng nhất của Việt Nam.

河粉是越南最出名的料理。

發音說明
類似國語注音
「ㄈ」。

phúc 福氣   **hạnh phúc** 幸福

Em chúc gia đình anh luôn luôn hạnh phúc!

我祝你全家永遠幸福！

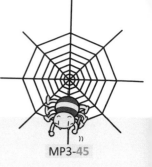

MP3-45

qua 過 / 過去 / 經過　　**đi qua** 走過

Sáng nay em vừa đi qua chợ Bến Thành.
今早我才去過濱城市場。

音標
kwə

quần 褲子　　**quần áo** 衣服

Ngày nghỉ em thích mặc quần áo thể thao.
假日我喜歡穿運動服。

Qu
qu

quen 認識 / 習慣　　**quen nhau** 相識

Chúng ta có quen nhau không?
我們相互認識嗎？

「Q」的小提醒：越語字母Q無法單獨與其他元音結合，而是必須加上u成為
qu，並發出類似中文「郭」的音。南部方言發音則為[w]。由於此一發音特性，
因此越語只有qu開頭的字，沒有q、qa、qe、qi、qo等開頭的字。

quên 忘記　　**quên mất** 忘掉／忘卻

Những lời cô dặn em không dám quên.

老師叮嚀的話我不敢忘。

發音說明

類似國語注音「ㄍ」與「ㄨ」。

quý 貴重／季　　**quý khách** 貴客

Xin quý khách vui lòng[10] gọi lại sau.

請貴客寬恕，待會再打來。

quốc 國　　**quốc gia** 國家

Việt Nam là quốc gia có nhiều dân tộc.

越南是一個多民族的國家。

---

10. 在越南您可能會在許多公共場合聽到「vui lòng」兩個字，其中「vui」意思是「高興」，「lòng」意思是「心情」，兩字合起來，一方面是請對方放寬心開心，一方面是展現自己禮貌誠懇的態度，是很客氣禮貌的用語。

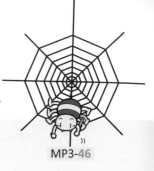

MP3-46

| ra 出 / 向 | ra đời 出生 / 問世 |

Bạn có thể đi ra Hà Nội bằng máy bay. [11]

你可以搭飛機去到河內。

音標

rə

| rẻ 便宜 | coi rẻ 瞧不起 / 看輕 |

Nếu bán rẻ một chút thì tôi sẽ mua nhiều hơn.

如果賣便宜點，那我會多買些。

Rr

| rõ 清楚 / 了解 | rõ ràng 分明 / 清楚 |

Thầy có thể giải thích rõ hơn chỗ này không?

老師，這邊可以解釋清楚些嗎？

11. 通常我們會說北上南下，而越南語一般也是如此，由南往北用「lên」（上），由北往南用「xuống」（下），由東往西或由西往東用「sang」（往）。但是，由於歷史上越南人是由北越遷移入南越，所以越南人也將北越到南越用「vào」（進來），相對地南越到北越就用「ra」（出去），特別是針對於河內與西貢兩地，更是習慣性用「ra Hà Nội, vào Sài Gòn」（出去河內，進來西貢）。

rồi 了/完結　**được rồi** 行了/好吧

Cháu đã ăn cơm chưa? Dạ cháu ăn rồi ạ.[12]
你吃飯沒？我吃了。

發音說明
類似國語注音「ㄖ」，捲舌。

rửa 洗　**rửa sạch** 洗淨

Rau sống nên rửa nhiều lần dưới nước sạch.
生菜宜在清水下清洗多次。

rượu 酒　**rượu vang** 紅酒/葡萄酒

Rượu vào lời ra và bệnh cũng ra luôn!
酒入話出，病也跟著來！

12. 越南重視輩份關係，當向長一輩的人回話時，通常會在句首加「dạ」，或者在句尾加「ạ」。「dạ」有點像清朝時的「喳」，「ạ」則是句尾顯示尊敬的語氣詞。

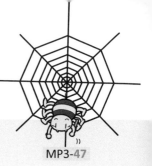

MP3-47

| sách 書 | sách trắng 白皮書 |

Hiện nay đã có một số sách dạy tiếng Việt.
現在已有一些教越南語的書。

音標
şə

Ss

| sáng 光/亮/上午 | buổi sáng 上午 |

Dậy đi con! Trời sáng rồi!
起床吧孩子！天亮了！

| sao 星/何/抄 | sao không 為何不 |

Anh có ăn cơm không? Sao không!
你要吃飯嗎？為何不（當然要）！

sáu 六	**thứ sáu** 星期五 / 第六

Thứ sáu này có nghỉ không?

這星期六有休假嗎？

發音說明

類似國語注音「ㄕ」，捲舌。

sợ 怕	**sợ sệt** 害怕

Em rất sợ rắn.

我很怕蛇。

sức 力 / 能力	**sức khỏe** 健康情況

Bác sỹ bảo đi bộ rất tốt cho sức khỏe.

醫生說走路對健康很好。

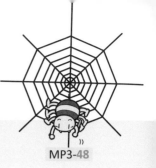

MP3-48

| ta | 我們 / 咱們 | người ta | 別人 / 人家 |

Người ta nói gì mặc người ta.
不要管別人說什麼。

音標
tə

Tt

| tại | 在 / 因為 | tại vì | 因為 |

Tại sao em học tiếng Việt? Tại vì em thích văn hóa Việt Nam.
為何你學越南語？因為我喜歡越南文化。

| tai | 耳 / 災 | tai nạn | 災難 |

Đàn gảy tai trâu.
對牛彈琴。

tay 手　**tay sai** 手下 / 走狗

Hai chị em cầm tay nhau cùng đi học.
兩姊弟牽手一起去上學。

tiếng 聲音 / 語言　**tiếng tăm** 名聲

Tiếng Việt là tiếng mẹ đẻ của chị ấy.
越南語是她的母語。

發音說明
類似國語注音「ㄉ」，舌頂上顎，不送氣，清音。

tươi 新鮮的 / 剛　**tươi cười** 笑逐顏開

Thịt bò này có tươi không?
這牛肉有新鮮嗎？

MP3-49

tha 釋放	tha hồ 任意 / 盡情

Nghỉ hè rồi học sinh tha hồ chơi.
放暑假了，學生縱情玩樂。

音標
thə

Th
th

tháng 月	tháng giêng 正月

Mùng 2 tháng 9 là Ngày Quốc
khánh Việt Nam.
9月2日是越南國慶日。

thế 這樣 / 世 / 勢	thế kỷ 世紀

Làm như thế là không đúng.
像這樣做是不對的。

thích 喜歡 / 釋 / 適	thích nghi 適應

Em thích học tiếng Việt hơn tiếng Anh.
我喜歡學越南語勝過學英語。

thiếu 少 / 欠缺	thiếu thốn 拮据 / 貧乏

Đài Loan đang thiếu giảng viên tiếng Việt.
台灣現正欠缺越南語講師。

發音說明
類似國語注音「ㄊ」，舌頂上顎，氣流外沖，清音。

thứ 類 / 次第 / 星期	thứ tự 次序 / 順序

Dân số Việt Nam đứng thứ mấy thế giới?14.
越南人口居世界第幾位？14。

MP3-50

trà[13] 茶　　**trà đá** 冰茶

Mùa hè người Việt thường uống trà đá vỉa hè.

夏天越南人常喝路邊冰茶。

音標
ʈʐə

trăm
百

hàng trăm
上百 / 幾百

Hàng trăm người dân biểu tình tại Đài Bắc.

上百平民在台北進行示威。

Tr
tr

trẻ 年青 / 小孩　　**trẻ thơ** 天真

Anh Nam và anh Minh ai trẻ hơn?

阿南和阿明誰比較年輕？

13. 茶在越南北方較常稱為「chè」，南方則用「trà」或「chè」。

trong	trong sáng
在……之中 / 潔淨	晴朗

Cô ấy là một trong những giảng viên em thích.
她是我喜歡的講師之一。

trời 天 / 天氣	mặt trời 太陽

Hôm nay trời mưa.
今天會下雨。

發音說明
類似國語注音
「ㄓ」。

trước 前 / 面對	trước hết 首先

Hàng ngày em ăn sáng trước 8 giờ sáng.
每天我在8點前吃早餐。

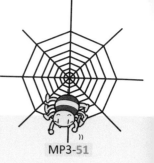

MP3-51

vai 肩膀　**vai trò** 角色 / 作用

Vitamin có vai trò gì trong cuộc sống của chúng ta?
在我們生活中維生素是扮演什麼角色？

音標

və

vào 進入 / 參加　**vào học** 入學

Vào sống ra chết.
出生入死。

Vv

vé 票　**vé máy bay** 機票

Vietjet khuyến mại / mãi vé máy bay giá rẻ.
越捷促銷廉價機票。

Việt 越　　**Việt kiều** 越僑

Nước Cộng hòa Xã hội Chủ nghĩa Việt Nam
越南社會主義共和國

發音說明
類似英語發音
「v」，上齒
碰下唇。

vui 高興　　**vui vẻ** 愉悅

Rất vui được gặp anh.
很高興可以見到你。

vừa 剛／合適／邊　　**vừa rồi** 剛才

Anh ấy vừa học tiếng Việt vừa học tiếng Anh.
他邊學越南語邊學英語。

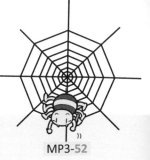

MP3-52

xa 遠／離開　**xa lạ** 陌生

Ngày mai tôi đi xa.
明天我去遠方。

音標
sə

xấu
醜／惡／羞　**xấu hổ**
害羞／不好意思

Tôi không phải là người xấu.
我不是個壞人。

Xx

xe 車　**xe hơi** 汽車

Em có biết lái xe không?
你會開車嗎？

xem 看 **xem xét** 審查/觀察

Tôi thích xem phim Việt Nam.
我喜歡看越南電影。

xin 請/謹 **xin lỗi** 對不起

Xin anh hãy trả lời em.
請你回答我。

發音說明
類似國語注音
「ㄙ」。

xuân 春 **thanh xuân** 青春

Một năm có 4 mùa: xuân, hạ, thu, đông.
一年有4季：春、夏、秋、冬。

綜合練習

一、a~ă~â~e~ê~i~o~ô~ơ~u

1.填寫練習

(1) 長衫　　　＿＿＿＿＿＿＿＿　dài

(2) 訂位　　　＿＿＿＿＿＿＿＿　chỗ

(3) 歐洲　　châu ＿＿＿＿＿＿＿＿

(4) 生春捲　　＿＿＿＿＿＿＿＿　cuốn

(5) 舒服　　　＿＿＿＿＿＿＿＿　chịu

(6) 最少　　　＿＿＿＿＿＿＿＿　nhất

(7) 紅燒魚　　ca ＿＿＿＿＿＿＿＿

(8) 病痛　　　＿＿＿＿＿＿＿＿　đau

(9) 在哪　　　＿＿＿＿＿＿＿＿　đâu

(10) 委員會　　＿＿＿＿＿＿＿＿　ban

2. 配合MP3把聽到的語詞圈起來。 🕷 MP3-53

châu Á	chụp ảnh	đặt chỗ	dặn bảo	âm nhạc
ẩm thực	em gái	nem cuốn	ế hàng	êm tai
ít nhất	bị cảm	oán trách	ong mật	bún ốc
ông trời	tương ớt	dở hơi	ung thư	bún chả

二、ư~y~ia~ya~iê~yê~ưa~ua~ươ~uô

1.填寫練習

(1) 記憶　_____ức

(2) 今天　hôm_____

(3) 分手　_____tay

(4) 薪水　_____lương

(5) 買賣　_____bán

(6) 香蕉　_____tiêu

(7) 年中　_____năm

(8) 中央　trung_____

(9) 熬夜　thức_____

(10) 可愛　đáng_____

2. 配合MP3把聽到的語詞圈起來。 MP3-54

ứng cử	ưu thế	cứng cỏi	ký tên	cái này
bia hơi	bát đĩa	thức khuya	yếu đuối	biển Đông
chua cay	nói đùa	buổi chiều	cuối cùng	bữa sáng
giữa năm	ướt sũng	vượt qua	ước mơ	nửa chừng

三、b~c~ch~d~đ~g~gh~gi~h~k~kh~l~m

1.填寫練習

(1) 外婆　　_____ ngoại

(2) 什麼　　_____ gì

(3) 認為　　_____ rằng

(4) 長久　　lâu _____

(5) 電話　　_____ thoại

(6) 嫉妒　　_____ tị

(7) 現在　　bây _____

(8) 前天　　hôm _____

(9) 難受　　_____ chịu

(10) 雨季　　_____ mưa

2. 配合MP3把聽到的語詞圈起來。　 MP3-55

bác sĩ	biết đâu	của cải	chị cả	nói chuyện
dịu dàng	dưới đây	đa số	gần gũi	gộp lại
đáng ghét	ghế mềm	gió mùa	mùa hè	kém cỏi
kính chúc	khi nào	khỏe mạnh	lòng thương	luôn luôn

四、n~ng~ngh~nh~ph~qu~r~s~t~th~tr~v~x

1.填寫練習

(1) 新年 _____ mới

(2) 聽說 _____ nói

(3) 迅速 _____ chóng

(4) 牛肉河粉 _____ bò

(5) 國家 _____ gia

(6) 出世 _____ đời

(7) 星期五 thứ _____

(8) 名聲 _____ tăm

(9) 太陽 mặt _____

(10) 對不起 _____ lôi

2. 配合MP3把聽到的語詞圈起來。 MP3-56

nếu thế	ngoài ra	người yêu	nghỉ mát	nghìn năm
nhớ lại	như là	phần trăm	quen nhau	quên mất
rõ ràng	sao không	sức khỏe	tai nạn	thế kỷ
trong sáng	vào học	vui vẻ	xấu hổ	hàng trăm

PART02
用蜘蛛網式擴大法，實用會話現學現說

　　接下來，本單元將利用學過的單字、詞語與例句，擴大學習在生活中經常會遇到的各類型基本會話，包括：「問候」、「介紹」、「寒暄」、「家人」、「物品」、「數字」、「時間」、「地點」、「娛樂」、「生病」等 10 種情境主題，然後從情境中學習主要應對句型，並利用說明及練習，延伸補充常見單字，舉一反三，輕鬆說出最簡單實用的越南語。

PART 02

用蜘蛛網式擴大法，實用會話現學現說

一、問候

會話 MP3-57

▶ **A：Chào em! Em có khỏe không?**

妳好！妳身體好嗎？

▶ **B：Chào anh! Cám ơn anh, em khỏe.**

你好！謝謝你，我身體好。

▶ **A：Anh rất vui được gặp em.**

我很高興見到妳。

▶ **B：Em cũng rất vui được gặp anh.**

我也很高興見到你。

句型
MP3-58

問句

主語 + có + A + không?
　　　　謂語

主語 + 有 + A + 嗎？

回答

主語 + có / không có + A.
　　　　謂語

主語 + 有 / 沒有 + A。

主語 + 程度詞 + A / A + 程度詞.
　　　　謂語

主語 + 程度詞 + A。

例句

- Chị có khỏe không?　　　　　　　妳身體好嗎？（妳有健康嗎？）

- Chị khỏe. / Chị không khỏe.　　　我健康。/ 我沒有健康。（我好。/ 我不好。）

- Chị có tiền không?　　　　　　　　妳有錢嗎？

- Chị có tiền. / Chị không có tiền.　我有錢。/ 我沒有錢。

- Phở có ngon không?　　　　　　　河粉（有）好吃嗎？

- Phở rất ngon. / Phở không ngon.　河粉很好吃。/ 河粉不好吃。

說明

1. 主語是作為主體的事物詞，如人稱代名詞、指示代名詞、一般名詞等。

2. A想詢問的詞語組合，可以是動詞、名詞、修飾詞等單字或詞語。

3. 「có」可視情形省略之，特別是A為動詞時；在翻譯上則視情形可譯為「有」、「會」，或者省略之。

4. 當A為形容詞時，通常會加上程度詞用語，包括：「rất」（很；置形容詞前）、「hơi」（一些些；置形容詞前）、「lắm」（很；置形容詞後）、「không...lắm」（不很）。

練習

按句型套入適當的「主語」與「A詞組」。

主語

(1) Hà Nội mùa đông 河內冬天　　　　**(2) tương ớt này** 這辣椒醬

(3) anh ấy chơi bóng 他打球　　　　**(4) chị ấy** 她

(5) tiếng Việt 越南語　　　　**(6) ẩm thực Việt Nam** 越南飲食

A詞組

(1) lạnh 冷　　　　　　　　**(2) giỏi** 棒

(3) đáng yêu 可愛　　　　**(4) dễ** 容易

(5) cay 辣　　　　　　　　**(6) phong phú** 豐富

例句

- Hà Nội mùa đông có lạnh không?　河內冬天冷嗎？

- Hà Nội mùa đông rất lạnh.　　　　河內冬天很冷。

二、介紹

會話 MP3-59

▶ **A：Chào em! Anh là Ngô Thừa Hạo, anh là người Đài Loan.**

妳好！我是吳承浩，我是台灣人。

▶ **B：Chào anh! Em là Nguyễn Đình Nghi, em là người Việt Nam.**

你好！我是阮亭宜，我是越南人。

▶ **A：Anh là sinh viên khoa tiếng Việt. Em là sinh viên phải không?**

我是越南語系的大學生。妳是大學生嗎？

▶ **B：Dạ không, em không phải là sinh viên.**

啊，不是，我不是大學生。

句型 MP3-60

問句

主語 + là + 名詞 + phải không?　主語 + 是 + 名詞 + 嗎？
　　　謂語

回答

Vâng (đúng) / không, 主語 + là / không phải là + 名詞.
　　　　　　　　　　　　謂語

是 / 不，主語 + 是 / 不是 + 名詞。

例句

• Anh ấy là bác sỹ phải không?　　　他是醫生嗎？

• Vâng, anh ấy là bác sỹ.　　　　　是，他是醫生。

• Không, anh ấy không phải là bác sỹ.　不，他不是醫生。

説明

1. 此句型的另一模式為「主語 + có phải là + 名詞 + không?」。

2. 名詞可以是一個單字、詞語，或者句子。

3. 越南語講究尊卑關係，當我們回答長輩詢問時，會以「Vâng」回答，甚至
在「Vâng」的後面加上語氣詞「ạ」，以示尊敬；當回答平輩或晚輩則用
「đúng」，回答晚輩時甚至可以只用語氣詞「ừ」。

練習

按句型套入適當的「主語」與「名詞」。

主語

(1) ngày mai 明天

(2) Hà Nội 河內

(3) áo dài 長衫

(4) Bill 比爾

(5) bây giờ 現在

(6) ông Kha 柯先生

名詞

(1) 5 giờ 5點

(2) quốc phục của Việt Nam 越南國服

(3) thứ ba 星期二

(4) thủ đô của Việt Nam 越南首都

(5) người Mỹ 美國人

(6) bác sĩ 醫生

例句

- Ngày mai là thứ ba phải không?　　明天是不是星期二？

- Không, ngày mai không phải là thứ ba.　　不，明天不是星期二。

三、寒暄

會話 MP3-61

▶ **A：Em Nghi đã có người yêu chưa?**

宜妹妳有愛人了沒？

▶ **B：Dạ, em đã có rồi ạ. Còn anh, anh có bạn gái chưa?**

啊，我已經有了。那你呢，你有女朋友沒？

▶ **A：Vậy à, còn anh thì chưa có, hay là em giới thiệu cô gái Việt Nam cho anh với.**

這樣啊，而我則還沒有，還是妳介紹越南女孩給我。

▶ **B：Được thôi, các bạn học em đều rất xinh đẹp.**

好啊，我同學們都很漂亮。

句型 MP3-62

問句

主語 + đã + 動詞（+ 補語）+ chưa? 主語 + 已 + 動詞（+ 補語）+ 了沒？
　　　　　　　　謂語

回答

主語 + đã + 動詞（+ 補語）+ rồi. 主語 + 已 + 動詞（+ 補語）+ 了。
　　　　　　　謂語

主語 + chưa + 動詞（+ 補語）. 主語 + 還沒 + 動詞（+ 補語）。
　　　　　　謂語

例句

- Em đã ăn cơm chưa?　　　你已吃飯了沒？

- Em đã ăn cơm rồi.　　　　我已吃飯了。

- Mùa thu đã đến chưa?　　秋天已到了沒？

- Mùa thu chưa đến.　　　　秋天還沒到。

說明

1. 越南語法的「補語」是指用來修飾與說明動詞或形容詞的詞語。

2. 回答時「đã」可視情況省略,「chưa」後面的動詞與補語也可省略。

3. 有一些「應該會發生,但目前不知道」的事情,例如有沒有女朋友、結婚、生小孩等,越南人會用「đã...chưa」句型,而不用「có...không」句型詢問。例如,越南人會問你「đã có bạn gái chưa」(有女朋友了沒),不會問你「có bạn gái không」(有沒有女朋友)。而回答時也是同樣道理,會回答「chưa có」(還沒),不會回答「không có」(沒有),因為「không có」帶有「永遠都不會有」的感覺。

4. 有時可以用時態詞取代之,包括:「đã」(已)、「đang」(正)、「sẽ」(將)、「sắp」(即將)。

練習

按句型套入適當的「主語」與「動詞 + 補語」。

主語

(1) Việt Nam 越南	**(2) thầy Đức** 德老師
(3) chị ấy 她	**(4) sinh viên** 大學生
(5) bà ngoại 外婆	**(6) máy bay** 飛機

動詞 + 補語

(1) có gia đình 成家	**(2) nghỉ hè** 放暑假
(3) hạ cánh 下降	**(4) là nước phát triển** 是發展國家
(5) ngủ 睡覺	**(6) lên hiệu trưởng** 升任校長

例句

• Việt Nam đã là nước phát triển chưa?　　越南已是發展國家了沒？

四、家人

會話
MP3-63

▶ **A：Em Nghi, ai trong ảnh này là chị em?**

宜妹，照片中誰是妳姊姊？

▶ **B：Người tóc dài này là chị em.**

這位長髮的女孩是我姊姊。

▶ **A：Chị em rất ăn ảnh. Thế mẹ em là người nào?**

妳姊姊很上相。那麼，妳媽媽是哪位？

▶ **B：Cô mặc áo dài này là mẹ em, còn chú đứng bên cạnh là bố em.**

穿長衫的婦人是我媽媽，而站在旁邊的大叔是我爸爸。

▶ **A：Gia đình em thật hạnh phúc!**

妳家真幸福。

句型 MP3-64

問句

ai / người nào + là + 補語?　　　　　誰 / 哪位 + 是 + 補語？
　　主語　　　　　謂語

主語 + là + ai / người nào（視為補語）?　　主語 + 是 + 誰 / 哪位？
　　　　　謂語

回答

主語 + là + 補語.　　　　　　　　　主語 + 是 + 補語。
　　　謂語

例句

• Ai là bác sĩ?　　　　　　　　誰是醫生？

• Ông ấy là bác sĩ.　　　　　　那先生是醫生。

• Bác sĩ là người nào?　　　　醫生是哪位？

• Ông mặc áo trắng kia là bác sĩ.　那邊穿白衣服的先生是醫生。

説明

1. 「nào」等同國語的「哪」，是疑問定語，只能放在名詞後面，藉以詢問所要知道的人或事物，例如「người nước nào」（哪國人）、「năm nào」（哪一年）、「bài nào」（哪一習題）等等。

2. 「người nào」等同國語「哪個人」，其中的「người」可以視情形以越南語的人稱代名詞取代之，例如：「chị nào」（哪位大姊）、「anh nào」（哪位大哥）、「ông nào」（哪位先生）等等。

練習

1. 按句型套入適當的「補語」。

補語

(1) ông chủ 主人 / 老板	**(2) công nhân** 工人
(3) y tá 護士	**(4) hiệu trưởng** 校長
(5) nha sĩ 牙醫師	**(6) đầu bếp** 廚師

例句

- Ai là ông chủ?　誰是老板？

2. 按句型套入適當的「主語」。

主語

(1) cô giáo 女老師	**(2) trưởng phòng** 室長
(3) chủ quán 店主	**(4) nhân viên phục vụ** 服務人員
(5) giám đốc 經理	**(6) công an** 公安

例句

- Cô giáo là ai?　老師是誰？

五、物品

會話 🕷 MP3-65

▶ **A : Anh Hạo ơi, trên bàn ăn là cái gì?**

阿浩哥，飯桌上是什麼？

▶ **B : Đấy là bánh trung thu Đài Loan, em có ăn thử không?**

那是台灣中秋月餅，妳要試吃嗎（試試看嗎）？

▶ **A : Cảm ơn anh, em xin ăn thử một cái... Ôi ngon lắm!**

謝謝你，給我試吃一個……哇，好吃極了！

▶ **B : Không có gì em à.**

沒什麼（妳不要客氣）。

句型

問句

主語 + là + 量詞 / 名詞 + gì?　　主語 + 是 + 什麼 + 名詞？
　　　　　謂語

回答

主語 + là + 補語.　　主語 + 是 + 補語。
　　　　謂語

例句

- Cái này là cái gì?　　　　　這個東西是什麼？

- Đây là đôi đũa.　　　　　　這是筷子。

- Xe kia là xe gì?　　　　　　那車是什麼車？

- Xe kia là xe xích-lô.　　　　那車是三輪車。

説明

1. 「gì」在許多方面等同國語的「什麼」（除了「為什麼」越南語用「vì sao」，而不用「vì gì」之外），例如：「đây là (cái) gì」（這是<u>什麼</u>）、「không có gì」（沒<u>什麼</u>）、「gì cũng được」（<u>什麼</u>也可以）。

2. 「gì」可用於問任何事物（僅對象為人時要用「ai」），只要於前面加上適當的「量詞」（即「冠詞」）或「名詞」即可，例如問「什麼動物」時用「con gì」，問「什麼東西」時用「cái gì」，問「什麼事」時用「việc gì」，問「什麼花」時用「hoa gì」等等。

3. 一般而言，主語會用指示代名詞，包括：「đây」（這）、「này」（這個）、「kia」（那）、「đó」（那）、「đấy」（那；較靠近聽話的人）等等。

練習

按句型套入「主語」。

主語

(1) nem cuốn 春捲

(2) cá này 這魚

(3) bia này 這啤酒

(4) kính kia 那眼鏡

(5) tiếng vừa rồi 剛才的聲音

(6) trà này 這茶

例句

• Nem cuốn là cái gì?　　春捲是什麼？

六、數字

會話 MP3-67

▶ **A：** Em Nghi, cho anh hỏi, bố mẹ em năm nay bao nhiêu tuổi rồi?

宜妹，我問一下，妳爸媽今年多少歲數了？

▶ **B：** Bố em năm nay bốn mươi tư tuổi, còn mẹ em là bốn mốt.

我爸今年四十四歲，而我媽是四十一。

▶ **A：** Thế, bố em là tuổi mèo, mẹ em là tuổi chuột phải không?

這樣，妳爸爸是屬貓，媽媽是屬鼠，對嗎？

▶ **B：** Ôi, chính xác, sao anh giỏi thế?

哇，正確，為何你這麼厲害？

説明 MP3-68

越南語數字的表示與詢問：

1. 基本數字：

0	1	2	3
không	một	hai	ba
4	5	6	7
bốn	năm	sáu	bảy
8	9	10	11
tám	chín	mười	mười một
100	1.000	10.000	100.000
một trăm	một nghìn	mười nghìn	một trăm nghìn
1.000.000	10.000.000	100.000.000	1.000.000.000
một triệu	mười triệu	một trăm triệu	một tỷ

2. 越南語某些數字會發生「音變」情形，包括：

(1) 從20開始，「mười」變成平聲「mươi」，如20為「hai mươi」；並且與國語一樣，「mươi」可唸也可不唸，如21可唸成「hai mốt」或「hai mươi mốt」。

(2) 從21開始，「một」變成銳聲「mốt」，如21為「hai mốt」。

(3) 從24開始，「bốn」也可以説成「tư」，如24唸成「hai bốn」或「hai tư」均可。

(4) 從25開始，「năm」可變成「nhăm」或者「lăm」，如25可唸成「hai nhăm」、「hai lăm」或「hai mươi nhăm」、「hai mươi lăm」。

(5) 0有些情形可唸為「linh」，如502可唸為「năm trăm linh hai」。

3. 越南語的序數詞「第幾、第幾」為：「thứ + 數字」，例如第二為「thứ hai」；但是通常第一會説成「thứ nhất」（「nhất」為漢越詞的「一」）。另外，越南語的「幾號」為：「số + 數字」，如8號為「số tám」。

4. 越南語詢問數字類問題的用語為「bao nhiêu」，意同國語的「多少」。例如問人歲數用「bao nhiêu tuổi」（多少歲）；問一件東西多少錢用「bao nhiêu tiền」（多少錢）。但如果這一問題的答案僅存在於10上下，則會用「mấy」，意同國語的「幾」，例如問小朋友年齡，因為可能僅10歲以下，這時會用「mấy tuổi」（幾歲）。

練習

唸唸看。

14	20	24	25	55
105	128	11.050	12.090.250	

七、時間

會話

▶ **A：Nghi ơi, hôm nay là thứ mấy?**

阿宜，今天是星期幾？

▶ **B：Hôm nay thứ năm rồi anh ạ, có chuyện gì không?**

阿哥，今天星期四了啊，有什麼事嗎？

▶ **A：Chết rồi, thứ năm thì tám giờ là phải đi học. Bây giờ mấy giờ rồi em?**

完蛋了！星期四八點就得要去上課。阿妹，現在幾點了？

▶ **B：Thế thì phải nhanh lên, bây giờ là tám giờ kém năm rồi.**

這樣就得趕快，現在是差五分八點。

句型

越南語時間的表示與詢問：

1. 年月日

　　表示

ngày（日）+ 數字1～31　　　　　　數字1～31 + 日

tháng（月）+ 數字1～12　　　　　　數字1～12 + 月

năm（年）+ 數字　　　　　　　　　數字 + 年

　　詢問

ngày mấy　　　　　　　　　　　　幾日

tháng mấy　　　　　　　　　　　　幾月

năm bao nhiêu　　　　　　　　　　幾年

2. 星期

　　表示

thứ + 數字2到7　　　　　　　　　　星期一至六

chủ nhật　　　　　　　　　　　　　星期日

　　詢問

thứ mấy　　　　　　　　　　　　　星期幾

3. 時刻

表示

數字 + giờ + 數字 + phút　　　　　　　　　幾點幾分（「phút」可省略）

詢問

mấy giờ　　　　　　　　　　　　　　　　　幾點

mấy giờ rồi　　　　　　　　　　　　　　　幾點了

4. 問「何時」、「什麼時候」

問未來時間點：Bao giờ + 句子?　　　　何時 + 句子？

問已發生的事：句子 + bao giờ?　　　　句子 + 何時？

5. 例句

- Hôm nay là ngày 16 tháng 6 năm 2016.　今天是2016年6月16日。

- Tháng này là tháng mấy?　　　　　　這個月是幾月？

- Hôm nay là thứ mấy?　　　　　　　　今天是星期幾？

説明

1. 越南語的日期排序為「日、月、年」，並且數字置於後面，跟國語相反。

2. 跟國語的「初一」到「初十」一樣，越南語每月「一至十日」亦可稱「mồng một~mồng mười」；正月稱「tháng giêng」，臘月稱「tháng chạp」。

3. 越南語時刻表示與國語相同，數字置前，「phút」（分）可省略。「6點55分」亦可稱「7點差5分」（7 giờ kém 5 phút，但「phút」可省略）；整點時，越南語稱「đúng」，例如「6 giờ đúng」（6點整）。

練習

依據實際時間回答看看。

(1) Bây giờ là mấy giờ?	現在是幾點？
(2) Bạn sinh năm bao nhiêu?	你哪年生的？
(3) Hôm nay là thứ mấy?	今天星期幾？
(4) Ngày mai là thứ mấy?	明天星期幾？
(5) Hôm kia là thứ mấy?	前天星期幾？
(6) Sinh nhật của bạn là _____.	你的生日是____月_____日。

例句

• Bây giờ là năm giờ.　　現在是五點。

八、地點

會話 🕷
MP3-71

▶ **A：Anh Hạo ơi, anh học tiếng Việt ở đâu?**

阿浩哥，你在哪學越南語？

▶ **B：Anh học tiếng Việt ở trường Đại học Sư phạm.**

我在師範大學學越南語。

▶ **A：Thế trường Đại học Sư phạm ở chỗ nào? Có xa không?**

那師範大學在哪個地方？遠不遠？

▶ **B：Trường Đại học Sư phạm ở 136 Xuân Thủy. Cách đây hơi xa, anh phải đi học bằng xe máy.**

師範大學在春水路136號，距離這有點遠，我得騎機車上學。

句型

越南語地點的詢問與表示：

1. 以「ở」（在）、「đi」（去）、「đến」（到）、「về」（回）等詞語直接提問。

  詢問句型

  主語 + ở / đi / đến / về + đâu / chỗ nào?　　　主語 + 在 / 去 / 到 / 回 + 哪？
  　　　　　　　謂語

  回答

  主語 + ở / đi / đến / về + 地點詞.　　　主語 + 在 / 去 / 到 / 回 + 地點詞。
  　　　　　　　謂語

2. 當動詞是一般動詞，例如「học」（學習）、「làm」（做事）等等。

  詢問句型

  主語 + 動詞 + ở + đâu / chỗ nào?　　　主語 + 在 + 哪 + 動詞？
  　　　　　　謂語

  回答

  主語 + 動詞 + ở + 地點詞.　　　主語 + 在 + 地點詞 + 動詞。
  　　　　　　謂語

3. 例句

- Anh đi đâu?　　　　　　　　　　你去哪？
  Anh đi Đài Bắc.　　　　　　　　我去台北。

- Anh học ở đâu?　　　　　　　　你在哪學習？
  Anh học ở trường Đại học Sư phạm.　我在師範大學學習。

4. 補充字彙

越南語與地點相關的字詞（一般均置於動詞之後、地點詞之前）

ở	đi	đến	tới	sang
在	去	到	到達	到
về	từ	qua	lên	xuống
回	從	過	上	下
vào	ra	trước	sau	trên
入	出	前	後	上面
dưới	trong	ngoài	cạnh	giữa
下面	裡面	外面	旁邊	中
phía	đông	tây	nam	bắc
方向	東	西	南	北
rẽ	bên	trái	phải	đối diện
轉	邊	左	右	對面

例如

- Chị ấy ngồi trên ghế.　　　她坐在椅子上。

- Taxi đã đến ngoài cổng.　　計程車已到門外。

- Em Hà vừa đi vào phòng.　　小荷剛走入房間。

練習

看圖回答問題。

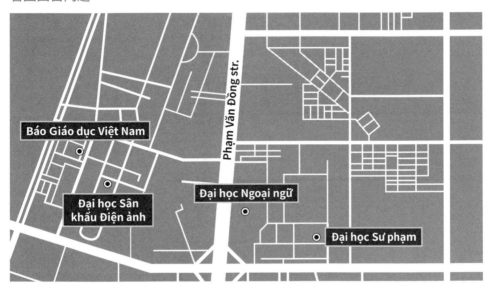

1. Trường Đại học Ngoại ngữ ở đường nào?

   外語大學在哪條路？

2. Báo Giáo dục Việt Nam ở phía nào bản đồ?

   越南教育報在地圖的哪一方？

3. Đại học Ngoại ngữ ở bên nào của Đại học Sư phạm?

   外語大學在師範大學的哪一邊？

4. Đối diện Đại học Ngoại ngữ là trường nào?

   外語大學的對面是哪所學校？

5. Trường nào ở bên cạnh Báo Giáo dục Việt Nam?

   哪個學校在越南教育報旁邊？

九、娛樂

會話
MP3-75

▶ **A：** Anh Hạo ơi, anh thích nhất là môn thể thao nào?

阿浩哥，你最喜歡哪類體育？

▶ **B：** Anh thích nhất là bóng rổ, chủ nhật nào cũng phải ra sân chơi.

我最喜歡的是籃球，每個星期日都會去球場打球。

▶ **A：** Em cũng thích chơi bóng rổ. Chủ nhật này mình thi đấu xem ai giỏi hơn.

我也喜歡打籃球。這星期日我們比比看誰較厲害。

▶ **B：** Sẵn sàng thôi. Thế thì hẹn 8 giờ sáng chủ nhật gặp nhau trên sân.

隨時候教。那麼就約星期日早上8點球場相互碰面。

句型 🕷 MP3-76

越南語比較級和最高級的表示方式：

表示方式

形容詞 + hơn	比較 + 形容詞
形容詞 + bằng	一樣 + 形容詞
形容詞 + nhất	最 + 形容詞
動詞 + 補語 + nhất	最 + 動詞 + 補語

例句

- Anh cao hơn em.　　　　　　你比我高。

- Anh cao bằng em.　　　　　　你跟我一樣高。

- Anh là người cao nhất.　　　　你是最高的人。

- Anh thích em nhất.　　　　　我最喜歡你。

説明

1. 「hơn」的原意是「超過」、「有餘」，例如「8 giờ hơn」（8點多）。因此，「hơn」可以引申意義為「比較」，例如「cao hơn」（比較高）。但也有幾個特例片語，例如「hơn cả」直譯為「超過一切」，引申為「最」、「極」；「hơn nữa」直譯為「再超過」，引申為「再者」、「並且」。

2. 「nhất」為漢越詞的「一」，例如「nhất định」（一定），並具有「第一」的意義，例如「giải nhất」（第一名），故引申為「最」，例如「tốt nhất」（最好）。

練習

根據資料回答問題。

資料

Táo 500 đ / 1 cân	蘋果500元 / 1斤
Nho 600 đ / 1 cân	葡萄600元 / 1斤
Chuối 400 đ / 1 cân	香蕉400元 / 1斤
Anh Nam cao 1m75	阿南哥高1公尺75
Chị Hà cao 1m68	阿荷姊高1公尺68
Em Thu cao 1m62	阿秋妹高1公尺62
Hôm nay 29°C	今天29度C
Hôm qua 31°C	昨天31度C
Hôm kia 24 °C	前天27度C

回答問題

1. Trong ba loại hoa quả, quả nào đắt nhất, quả nào rẻ nhất?
   三種水果中，哪個最貴，哪個最便宜？

2. Chị Hà và em Thu ai thấp hơn?　阿荷姊與阿秋妹誰較矮？

3. Hôm kia có nóng hơn hôm nay không?　前天有比今天熱嗎？

4. Hôm nào mát nhất?　哪天最涼爽？

5. Có phải anh Nam cao bằng chị Hà không?　是否阿南哥與阿荷姊一樣高？

6. Bạn thích ăn quả nào nhất?　你最喜歡吃哪種水果？

十、生病

會話
MP3-77

▶ **A：Em Nghi, tại sao em chưa đi học?**

阿宜妹，為什麼妳還沒去上學？

▶ **B：Anh Hạo ơi, hình như em bị sốt rồi, khó chịu quá.**

阿浩哥，我好像發燒了，很難受。

▶ **A：Sao thế, làm sao bây giờ em? Có cần anh đưa em đi khám bác sĩ không?**

怎麼這樣，現在怎麼辦？需要我帶妳去看醫生嗎？

▶ **B：Cảm ơn anh! Xin anh đưa em đến bệnh viện Việt Đức.**

謝謝你！請你帶我到越德醫院。

句型
MP3-78

被動式

主語 + được / bị +（名詞）+ 動詞 + 補語.
謂語

主語 + 得到 / 被 +（名詞）+ 動詞 + 補語。

例句

- Chị ấy bị ốm rất nặng.　　　她（被）病得很重。

- Anh ấy bị cô giáo phê bình.　　他被老師批評。

- Tôi được mọi người khen.　　我獲得每個人的稱讚。

說明

1. 越南語的被動句型要視該件事情的好壞，來判斷使用「được」或「bị」，當事情是我們樂意承受的、是好的事情，用「được」；反之，則用「bị」。例句中的生病、批評，一般都屬不好的，所以用「bị」，稱讚則是好的，用「được」。

2. 有些情形，事情的動作難以界定主、被動，但如果是樂於從事的事情，也可以用「được」，強調該件事很受到歡迎。此時，「được」可以翻譯成國語的「可以」。

3. 有些情形，國語翻譯時可以省略「得到 / 被」。

練習

填入適當的被動用詞。

1. Cô giáo Hương _____ cảm rồi.
   香老師感冒了。

2. Hôm nay chúng em _____ nghỉ học.
   今天我們停課。

3. Thầy Đức _____ lên chức chủ nhiệm khoa.
   德老師升職系主任。

4. Những người hút thuốc hay _____ phê bình.
   那些抽菸的人常被批評。

5. Hôm qua cả lớp _____ đi xem phim.
   昨天全班去看電影。

6. Bạn đã bao giờ _____ say rượu chưa?
   你曾酒醉過嗎？

聽力練習

1. 我的家庭（請聽MP3後回答問題） MP3-79

(1) Nguyễn Việt Hà là sinh viên trường nào?

   A. Đại học Sư phạm   B. Đại học Đài Loan

   C. Đại học Hà Nội   D. Đại học Ngoại ngữ

(2) Bố Hà làm nghề gì?

   A. kỹ sư   B. y tá   C. lái xe   D. giáo sư

(3) Em gái Hà bao nhiêu tuổi?

   A. 55   B. 15   C. 20   D. 24

(4) Mẹ Hà có khoẻ không?

   A. khoẻ   B. bình thường

   C. không biết   D. không được khoẻ

(5) Gia đình Hà có mấy người?

   A. 5   B. 7   C. 4   D. 9

2. 每天的工作（請聽MP3後回答問題） MP3-80

(1) Anh Hạo ngủ dậy lúc mấy giờ?

   A. 6   B. 5   C. 7   D. 8

(2) Mấy giờ anh Hạo đi làm việc?

   A. 7   B. 8   C. 9   D. 10

(3) Buổi trưa anh Hạo được nghỉ bao lâu?

    A. 1 giờ   B. 1 giờ 30 phút

    C. 30 phút   D. 2 giờ

(4) Mấy giờ buổi chiều anh Hạo bắt đầu làm việc?

    A. 13 giờ   B. 13 giờ 30 phút

    C. 14 giờ   D. 14 giờ 30 phút

(5) Sau giờ làm việc anh Hạo đi đâu?

    A. về nhà   B. đi hiệu ăn bình dân

    C. đi chơi thể thao   D. đi xem TV

3. 介紹（請聽MP3後回答問題） 🕷 MP3-81

(1) Ai là chủ nhiệm khoa?

    A. Ngân   B. Việt   C. Hải   D. Văn

(2) Ai trẻ nhất?

    A. Thanh   B. Ngân   C. Cường   D. Việt

(3) Trường Đại học Hà Nội ở đâu?

    A. Ba Đình   B. Thanh Xuân   C. Vạn Phúc   D. Gia Lâm

(4) Ai đi học bằng xe đạp?

    A. Thanh   B. Ngân   C. Cường   D. Việt

(5) Ai đi học bằng xe máy?

    A. Thanh   B. Ngân   C. Cường   D. Việt

附錄
練習題解答

用蜘蛛網式核心法，掌握學習越南語重點

三、認識越南語音節

練習分辨音節成分

音節 （Âm tiết）	首音 （Âm đầu）	墊音 （Âm đệm）	正音 （Âm chính）	尾音 （Âm cuối）
1. ạ			a	
2. ao			a	o
3. to	t		o	
4. nam	n		a	m
5. oa		o	a	
6. oán		o	a	n
7. mai	m		a	i
8. địa	đ		ia	
9. toan	t	o	a	n
10. nguyên	ng	u	yê	n

PART 01

用蜘蛛網式連結法，串連字母與單字、詞語、例句，輕鬆學好越南語拼音

一、a~ă~â~e~ê~i~o~ô~ơ~u

1. 填寫練習

(1) áo；(2) đặt；(3) Âu；(4) nem；(5) dễ

(6) ít；(7) kho；(8) ốm；(9) ở；(10) ủy

2. 配合MP3把聽到的詞語圈起來。

châu Á	(chụp ảnh)	đặt chỗ	(dặn bảo)	âm nhạc
(ẩm thực)	em gái	(nem cuốn)	é hàng	êm tai
ít nhất	(bị cảm)	(oán trách)	ong mật	bún ốc
(ông trời)	(tương ớt)	dở hơi	ung thư	(bún chả)

二、ư~y~ia~ya~iê~yê~ưa~ua~ươ~uô

1. 填寫練習

(1) ký；(2) nay；(3) chia；(4) tiền；(5) mua

(6) chuối；(7) giữa；(8) ương；(9) khuya；(10) yêu

2. 配合MP3把聽到的詞語圈起來。

ứng cử　　(ưu thế)　　cứng cỏi　　ký tên　　(cái này)

(bia hơi)　　bát đĩa　　(thức khuya)　　(yếu đuối)　　biển Đông

chua cay　　(nói đùa)　　buổi chiều　　(cuối cùng)　　(bữa sáng)

giữa năm　　(ướt sũng)　　vượt qua　　ước mơ　　(nửa chừng)

三、b~c~ch~d~đ~g~gh~gi~h~k~kh~l~m

1. 填寫練習

(1) bà；(2) cái；(3) cho；(4) dài；(5) điện

(6) ghen；(7) giờ；(8) kia；(9) khó；(10) mau

2. 配合MP3把聽到的詞語圈起來。

bác sĩ　　(biết đâu)　　của cải　　chị cả　　(nói chuyện)

(dịu dàng)　　dưới đây　　(đa số)　　gần gũi　　(gộp lại)

(đáng ghét)　　ghế mềm　　(gió mùa)　　mùa hè　　(kém cỏi)

kính chúc　　khi nào　　(khỏe mạnh)　　lòng thương　(luôn luôn)

四、n~ng~ngh~nh~ph~qu~r~s~t~th~tr~v~x

1. 填寫練習

(1) năm；(2) nghe；(3) nhanh；(4) phở；(5) quốc

(6) ra；(7) sáu；(8) tiếng；(9) trời；(10) xin

2. 配合MP3把聽到的詞語圈起來。

nếu thế	(ngoài ra)	người yêu	(nghỉ mát)	nghìn năm
(nhớ lại)	như là	(phần trăm)	quen nhau	(quên mất)
rõ ràng	(sao không)	sức khỏe	(tai nạn)	thế kỷ
(trong sáng)	vào học	(vui vẻ)	xấu hổ	(hàng trăm)

PART 02　用蜘蛛網式擴大法，實用會話現學現説

一、問候

(1) Hà Nội mùa đông có lạnh không?　　　河內冬天冷嗎？
　　Hà Nội mùa đông rất lạnh.　　　　　　河內冬天很冷。

(2) Tương ớt này có cay không?　　　　　　這辣椒醬辣嗎？
　　Tương ớt này không cay lắm.　　　　　這辣椒醬辣得很。

(3) Anh ấy chơi bóng có giỏi không?　　　他打球棒嗎？
　　Anh ấy chơi bóng giỏi.　　　　　　　他打球棒。

(4) Chị ấy có đáng yêu không?　　　　　　她可愛嗎？
　　Chị ấy rất đáng yêu.　　　　　　　　她很可愛。

(5) Tiếng Việt có dễ không?　　　　　　　越南語容易嗎？
　　Tiếng Việt rất dễ.　　　　　　　　　越南語很容易。

(6) Ẩm thực Việt Nam có phong phú không?　越南飲食豐富嗎？
　　Ẩm thực Việt Nam phong phú lắm.　　　越南飲食很豐富。

二、介紹

(1) Ngày mai là thứ ba phải không?　　　　明天是不是星期二？
　　Không, ngày mai không phải là thứ ba.　不，明天不是星期二。

(2) Hà Nội là thủ đô của Việt Nam phải không?　　河內是不是越南首都？

Vâng, Hà Nội là thủ đô của Việt Nam.　　是，河內是越南首都。

(3) Áo dài là quốc phục của Việt Nam phải không?　長衫是不是越南國服？

Vâng, áo dài là quốc phục của Việt Nam.　　是，長衫是越南國服。

(4) Bill là người Mỹ phải không?　　比爾是不是美國人？

Không, Bill không phải là người Mỹ.　　不，比爾不是美國人。

(5) Bây giờ là 5 giờ phải không?　　現在是不是5點？

Không, bây giờ không phải là 5 giờ.　　不，現在不是5點。

(6) Ông Kha là bác sĩ phải không?　　柯先生是不是醫生？

Vâng, ông Kha là bác sĩ.　　是，柯先生是醫生。

三、寒暄

(1) Việt Nam đã là nước phát triển chưa?　　越南已是發展國家了沒？

(2) Thầy Đức đã lên hiệu trưởng chưa?　　德老師已經升任校長沒？

(3) Chị ấy đã có gia đình chưa?　　她已經有家庭沒？（結婚沒）

(4) Sinh viên đã nghỉ hè chưa?　　大學生放暑假沒？

(5) Bà ngoại đã ngủ chưa?　　外婆睡覺了沒？

(6) Máy bay đã hạ cánh chưa?　　飛機已經下降沒？

四、家人

1. 按句型套入適當的「補語」。

(1) Ai là ông chủ?　　　　　　　　　誰是老板？

(2) Ai là công nhân?　　　　　　　　誰是工人？

(3) Người nào là y tá?　　　　　　　哪一位是護士？

(4) Người nào là hiệu trưởng?　　　哪一位是校長？

(5) Ai là nha sĩ?　　　　　　　　　　誰是牙醫師？

(6) Ai là đầu bếp?　　　　　　　　　誰是廚師？

2. 按句型套入適當的「主語」。

(1) Cô giáo là ai?　　　　　　　　　女老師是誰？

(2) Trưởng phòng là người nào?　　室長是哪一位？

(3) Chủ quán là ai?　　　　　　　　店主是誰？

(4) Nhân viên phục vụ là ai?　　　服務員是誰？

(5) Giám đốc là người nào?　　　　經理是哪一位？

(6) Công an là ai?　　　　　　　　　公安是誰？

五、物品

(1) Nem cuốn là cái gì?　　　　　　春捲是什麼？

(2) Cá này là cá gì?　　　　　　　　這魚是什麼魚？

(3) Bia này là bia gì?　　　　　　　這啤酒是什麼啤酒？

(4) Kính kia là kính gì?　　　　　　那眼鏡是什麼眼鏡？

(5) Tiếng vừa rồi là tiếng gì?　　　　剛才的聲音是什麼聲音？

(6) Trà này là trà gì?　　　　　　　這茶是什麼茶？

六、數字

14	mười bốn
20	hai mươi
24	hai mươi tư
25	hai lăm / hai mươi lăm（hai nhăm / hai mươi nhăm）
55	năm mươi nhăm
105	một trăm linh năm
128	một trăm hai tám
11.050	mười một nghìn không trăm năm mươi
12.090.250	mười hai triệu không trăm chín mươi nghìn hai trăm năm mươi.

七、時間

（參考答案，請依據實際回答）

(1) Bây giờ là năm giờ.　　　現在是五點。

(2) Tôi sinh năm một chín bảy lăm.　　我是一九七五年出生。

(3) Hôm nay là thứ hai.　　　今天是星期一。

(4) Ngày mai là thứ ba.　　　明天是星期二。

(5) Hôm kia là thứ bảy.　　　前天是星期六。

(6) Sinh nhật của bạn là <u>ngày mồng sáu tháng tám</u>.
你的生日是<u>八月六日</u>。

八、地點

(1) Trường Đại học Ngoại ngữ ở đường Phạm Văn Đồng.
外語大學在范文同路。

(2) Báo Giáo dục Việt Nam ở phía tây bản đồ.
越南教育報在地圖西方。

(3) Đại học Ngoại ngữ ở bên trái của Đại học Sư phạm.
外語大學在師範大學左邊。

(4) Đối diện Đại học Ngoại ngữ là Đại học Sân khấu Điện ảnh.

外語大學的對面是電影戲劇大學。

(5) Trường Đại học Sân khấu Điện ảnh ở bên cạnh Báo Giáo dục Việt Nam.

電影戲劇大學在越南教育報旁邊。

九、娛樂

(1) Quả nho đắt nhất, quả chuối rẻ nhất.　　葡萄最貴，香蕉最便宜。

(2) Em Thu thấp hơn chị Hà.　　阿秋妹比阿荷姊矮。

(3) Hôm kia không nóng hơn hôm nay.　　前天沒有比今天熱。

(4) Hôm kia mát nhất.　　前天最涼爽。

(5) Không đúng, anh Nam không cao bằng chị Hà.

不是，阿南哥跟阿荷姊不一樣高。

(6) Tôi thích ăn chuối nhất.

我最喜歡吃香蕉。（或視您的喜歡回答）

十、生病

(1) bị；(2) được；(3) được；(4) bị；(5) được；(6) bị

聽力練習

1. 我的家庭

　　Tôi tên là Nguyễn Việt Hà. Tôi là sinh viên trường Đại học Đài Loan. Gia đình tôi có 5 người. Bố mẹ tôi, anh tôi, em gái tôi và tôi. Bố tôi làm nghề lái xe. Năm nay bố tôi 55 tuổi, ông đang làm việc, chưa nghỉ. Mẹ tôi 50 tuổi nhưng không được khoẻ. Mẹ tôi làm y tá. Bà đã nghỉ làm việc hai năm. Anh tôi là kỹ sư. Anh đã có vợ và anh chị đã có hai con, một con trai và một con gái. Chúng rất khoẻ mạnh và thông minh. Ông bà đều rất yêu các cháu. Em gái tôi năm nay 20 tuổi. Nó[1] đang học ở trường Đại học Sư phạm. Nó muốn làm nghề dạy học. Nó cũng rất thích văn học, ngoại ngữ. Nó rất giỏi tiếng Pháp. Nó nói tiếng Pháp tốt hơn tôi.

　　我叫阮越荷。我是台灣大學的學生。我的家庭有5個人。我爸媽、我哥哥、我妹妹和我。我爸爸是駕駛員。我爸爸今年55歲，他仍在工作，還沒退休。我媽媽50歲但不太健康。我媽媽是護士。她已經退休兩年。我哥哥是技師。他已經有太太，他們已有兩個小孩，一男一女。他們很健康聰明。爺爺奶奶都很愛孫子。我妹妹今年20歲。她正就讀師範大學。她想當教書的。她也喜歡文學和外語。她法語很好。她説法語比我好。

(1) Nguyễn Việt Hà là sinh viên trường nào? 阮越荷是哪個學校學生？

　　A. Đại học Sư phạm　師範大學

　　B. Đại học Đài Loan　台灣大學

　　C. Đại học Hà Nội　河內大學

　　D. Đại học Ngoại ngữ　外語大學

(2) Bố Hà làm nghề gì? 阿荷的爸爸做什麼？

    A. kỹ sư 技師   B. y tá 護士

    C. lái xe 駕駛員   D. giáo sư 教授

(3) Em gái Hà bao nhiêu tuổi? 阿荷的妹妹多少歲？

    A. 55   B. 15   C. 20   D. 24

(4) Mẹ Hà có khoẻ không? 阿荷的媽媽還健康嗎？

    A. khoẻ 健康   B. bình thường 還好

    C. không biết 不知道   D. không được khoẻ 不太健康

(5) Gia đình Hà có mấy người? 阿荷家有幾人？

    A. 5   B. 7   C. 4   D. 9

答案 (1) B；(2) C；(3) C；(4) D；(5) A

1. 「nó」是比較親切的第三人稱，通常使用於長輩叫晚輩或同輩。

2. 每天的工作

Hàng ngày anh Hạo ngủ dậy lúc 7 giờ sáng. Rửa mặt, ăn sáng mất khoảng 1 tiếng. 8 giờ, anh Hạo bắt đầu đến văn phòng làm việc. Anh nghe điện thoại từ các nơi gọi về, sau đó anh báo cáo cho giám đốc của mình để giải quyết. 12 giờ anh Hạo nghỉ. Buổi trưa anh Hạo chỉ nghỉ khoảng 1 giờ 30 phút. Anh Hạo thường ăn trưa ở một quán ăn bình dân nào đó, rồi về văn phòng nghỉ một lát. Giờ làm việc buổi chiều bắt đầu từ 13 giờ 30 đến 17 giờ 30. Công việc của anh như buổi sáng. Sau giờ làm việc buổi chiều, anh Hạo đi chơi thể thao rồi mới về nhà ăn tối. Buổi tối anh Hạo xem TV hoặc đọc một số sách, báo, tài liệu cần thiết cho công việc.

每天阿浩約早上7點起床。洗臉、吃早餐大約花了1小時。8點，阿浩開始去辦公室。阿浩的工作很簡單。他接聽從各地打回來的電話，然後，跟自己的經理做報告來處理問題。12點，阿浩休息。中午阿浩大約只休息1小時30分。通常阿浩在一個小吃店吃午餐，然後回辦公室休息一下。下午則從13點30分開始上班到17點30分。工作跟早上一樣。下午工作結束後，阿浩去做運動然後才回家吃晚餐。晚上，阿浩看電視或讀一些書、報紙，以及對工作有益的資料。

(1) Anh Hạo ngủ dậy lúc mấy giờ? 阿浩幾點起床？

    A. 6   B. 5   C. 7   D. 8

(2) Mấy giờ anh Hạo đi làm việc? 阿浩幾點去工作？

    A. 7   B. 8   C. 9   D. 10

(3) Buổi trưa anh Hạo được nghỉ bao lâu?　中午阿浩可休息多久？

　　A. 1 giờ　1小時　　　　　　　B. 1 giờ 30 phút　1小時30分

　　C. 30 phút　30分　　　　　　D. 2 giờ　2小時

(4) Mấy giờ buổi chiều anh Hạo bắt đầu làm việc?

　　下午幾點阿浩開始工作？

　　A. 13 giờ　13點　　　　　　　B. 13 giờ 30 phút　13點30分

　　C. 14 giờ　14點　　　　　　　D. 14 giờ 30 phút　14點30分

(5) Sau giờ làm việc anh Hạo đi đâu?　下班後阿浩去哪？

　　A. về nhà　回家　　　　　　　B. đi hiệu ăn bình dân　去小吃店

　　C. đi chơi thể thao　去運動　　D. đi xem TV　去看電視

答案 (1) C；(2) B；(3) B；(4) B；(5) C

3. 介紹

Tôi tên là Thanh. Tôi là sinh viên. Chị Ngân, anh Cường và anh Việt cũng là sinh viên. Tôi năm nay 24 tuổi. Chị Ngân và anh Cường năm nay 25 tuổi, còn anh Việt năm nay 26 tuổi.

Trường học của chúng tôi là trường Đại học Hà Nội. Khoa chúng tôi là khoa tiếng Trung. Thầy Đức là thầy giáo của chúng tôi. Giáo sư Hải là chủ nhiệm khoa của chúng tôi. Hiệu trưởng của chúng tôi là Giáo sư Văn.

Nhà tôi và nhà chị Ngân ở Ba Đình Hà Nội, còn nhà anh Cường và anh Việt thì ở Vạn Phúc. Trường học của chúng tôi ở Thanh Xuân, không phải ở Gia Lâm. Hàng ngày tôi đi học bằng xe đạp, chị Ngân đi bằng xe máy, còn anh Cường và anh Việt đi bằng xe buýt.

我叫做清,我是大學生。阿銀姊、阿強哥和阿越哥也都是大學生。我今年24歲。阿銀姊、阿強哥今年25歲,而阿越哥今年26歲。

我們讀的學校是河內大學。我們的系是中文系。德老師是我們的老師。海教授是我們的系主任。我們的校長是文教授。

我家和阿銀姊的家在河內巴庭,而阿強哥和阿越哥的家在萬福。我們的學校在清春,不是在嘉林。每天我騎腳踏車上學,阿銀姊騎機車,阿強哥和阿越哥坐公車。

(1) Ai là chủ nhiệm khoa? 誰是系主任？

    A. Ngân 阿銀   B. Việt 阿越

    C. Hải 阿海   D. Văn 阿文

(2) Ai trẻ nhất? 誰最年輕？

    A. Thanh 阿清   B. Ngân 阿銀

    C. Cường 阿強   D. Việt 阿越

(3) Trường Đại học Hà Nội ở đâu? 河內大學在哪？

    A. Ba Đình 巴庭   B. Thanh Xuân 清春

    C. Vạn Phúc 萬福   D. Gia Lâm 嘉林

(4) Ai đi học bằng xe đạp? 誰騎腳踏車上學？

    A. Thanh 阿清   B. Ngân 阿銀

    C. Cường 阿強   D. Việt 阿越

(5) Ai đi học bằng xe máy? 誰騎機車上學？

    A. Thanh 阿清   B. Ngân 阿銀

    C. Cường 阿強   D. Việt 阿越

答案 (1) C；(2) A；(3) B；(4) A；(5) B

國家圖書館出版品預行編目資料

蜘蛛網式學習法：12小時越南語發音、單字、
會話，一次搞定！/ 阮蓮香、吳志偉合著
-- 初版 -- 臺北市：瑞蘭國際, 2017.06
192面；17 x 23公分 --（繽紛外語系列；66）
ISBN：978-986-94676-4-3（平裝附光碟片）
1.越南語 2.讀本
803.798   106006990

繽紛外語系列 66

蜘蛛網式學習法：
12小時越南語
發音、單字、會話，一次搞定！

作者｜阮蓮香、吳志偉 · 封底照片提供｜阮蓮香
責任編輯｜葉仲芸、王愿琦 · 校對｜阮蓮香、吳志偉、葉仲芸、王愿琦

越南語錄音｜阮蓮香、Tran Ngoc Minh · 錄音室｜采漾錄音製作有限公司
封面設計｜劉麗雪 · 版型設計｜劉麗雪、余佳憓 · 內文排版｜余佳憓

董事長｜張暖彗 · 社長兼總編輯｜王愿琦 · 主編｜葉仲芸
編輯｜潘治婷 · 編輯｜林家如 · 設計部主任｜余佳憓
業務部副理｜楊米琪 · 業務部組長｜林湲洵 · 業務部專員｜張毓庭
編輯顧問｜こんどうともこ

法律顧問｜海灣國際法律事務所　呂錦峯律師

出版社｜瑞蘭國際有限公司 · 地址｜台北市大安區安和路一段 104 號 7 樓之 1
電話｜(02)2700-4625 · 傳真｜(02)2700-4622 · 訂購專線｜(02)2700-4625
劃撥帳號｜19914152 瑞蘭國際有限公司
瑞蘭國際網路書城｜ www.genki-japan.com.tw

總經銷｜聯合發行股份有限公司 · 電話｜(02)2917-8022、2917-8042
傳真｜(02)2915-6275、2915-7212 · 印刷｜宗祐印刷有限公司
出版日期｜2017 年 06 月初版 1 刷 · 定價｜320 元 · ISBN｜978-986-94676-4-3

瑞蘭國際

瑞蘭國際

瑞蘭國際